chúc
chóok
to express (good wishes)

Lễ hội ở Hội An
Lẽh họy ủh Họy An
The Hoi An Festivals

nông dân
nawngm zun
farmer

bánh cuốn
býnh k-wún
steamed springrolls

Vịnh Hạ Long
Vịnh Hạh Longm
Halong Bay

**The free online audio files for pronunciation practice
may be downloaded as follows:**

To download the audio recordings for this book,
type the following URL into your web browser:
www.tuttlepublishing.com/Vietnamese-Picture-Dictionary
For support, email us at info@tuttlepublishing.com

VIETNAMESE
PICTURE
DICTIONARY

LEARN 1,500 VIETNAMESE WORDS AND EXPRESSIONS

NGUYEN THI LIEN HUONG

Transliterations by **Hai-Tsang Huang**

Audio recordings by **Emily Dinh** and **Tran Hai Sam**

TUTTLE Publishing

Tokyo | Rutland, Vermont | Singapore

Contents

A Basic Introduction to Vietnamese

This illustrated dictionary contains more than 1,500 frequently-used Vietnamese words and expressions which students need to know when learning to speak contemporary Vietnamese. This is equivalent to the number of vocabulary introduced in a beginning-level course in Vietnamese at universities and colleges in Vietnam as well as overseas.

This dictionary is organized into 38 themes, each of which presents 25–35 words and expressions, with 5–8 sentences demonstrating the usage of these words.

The Vietnamese language and its dialects

Vietnamese is the official language of Vietnam and is spoken by more than 90 million people in the country and about four million Vietnamese overseas. Vietnamese is a member of the Mon-Khmer subfamily in the Austroasiatic family of languages.

Vietnamese has several major dialects, which are the Northern, the North-Central, the South-Central and the Southern dialects. These dialects of Vietnamese are mutually intelligible. Speakers of a particular dialect have no trouble understanding the speakers of other dialects. The dialect of Hanoi, the capital city of the nation, is the standard form of the language and is used for media, education and official documents of the government.

The dialectal differences of Vietnamese chiefly concern the pronunciation and vocabulary. There is very little difference in grammatical construction. This dictionary introduces the Hanoi dialect. In some cases, however, it provides both the Hanoi and the Saigon vocabulary, since the Saigon dialect is spoken in the largest and economically most important city of the country, and many words and phrases of this dialect are broadly used in the other dialects as well. In such cases, the words of the two dialects are separated by a semi-colon (;)—with the Hanoi word given before and the Saigon word after the semi-colon (;).

For example, "spoon" in Vietnamese is presented as **thìa**; **muỗng**.

The Hanoi word is **thìa** and **muỗng** is the Saigon word.

The Vietnamese writing system

The Romanized writing system for Vietnamese was created by Portuguese Catholic missionaries with the assistance of Vietnamese followers in the early 17th century and has been the official writing system of Vietnam since the beginning of the 20th century. In addition to the letters found in English, it contains some letters and diacritic marks specific to Vietnamese:

Vowel markings

ă short vowel [a][1]
â less open short vowel [ə][2]
ê less open vowel [e][2]
ô less open vowel [o][2]
ơ unrounded vowel [ə][3]
ư unrounded vowel [ɯ][3]
đ the consonant [d]

Tone markings	Examples
` a low-falling tone	mà
´ a high-rising tone	má
̉ a low-falling-rising tone	mả
~ a high-rising broken tone	mã
. a low-falling broken tone	mạ

Syllables and tones

A Vietnamese syllable consists of two mandatory components: a tone and a vowel. Three other components, an initial consonant, labialization (rounding of the lips when pronouncing a syllable) and a final consonant or semi-vowel, are all optional.

Vietnamese is a tonal language. Each syllable, which in most cases is the same as a word, carries a particular tone. A change in the tone creates a change in the meaning (see below).

---

[1] The mark " ˘ " is placed over a vowel to indicate a short vowel; that is, **ă** is shorter than **a**.
[2] The mark " ∧ " placed over a vowel refers to a vowel which is less open compared to the same vowel without this mark; that is, **ô** is less open than **o**.
[3] The mark " ̛ " added to a vowel refers to a vowel which is unrounded compared to the vowel without this mark; that is, **ư** is unrounded, **u** is rounded.

Vietnamese has six tones. The mid-level tone is not indicated by any diacritic mark. The other five tones are denoted by the specific diacritics marks (see the previous page).

1. The **mid-level tone** is produced at a pitch that is the midpoint of the normal speaking voice range of a person. It is essential to maintain the pitch of the mid-level tone throughout the word and throughout a sentence which may contain several words carrying the mid-level tone.

2. The **low-falling tone** begins a little bit lower than the mid-level tone and moderately goes downward

3. The **high-rising tone** begins at a little bit higher pitch than the mid-level tone, then in the middle of the syllable the voice sharply goes upward.

4. The **low-falling-rising tone** begins at the pitch which is the beginning point of the low-falling tone, and drops abruptly, then the voice goes upward at the end of the syllable.

5. The **high-rising broken tone** begins at a bit higher pitch than the high-rising tone and then abruptly goes upward and at the end of the syllable is accompanied by a glottal stop.

6. The **low-falling broken tone** begins at a bit lower pitch than the low-falling tone and then abruptly goes downward and at the end of the syllable is accompanied by a glottal stop.

These tones may be represented graphically as shown in the following chart.

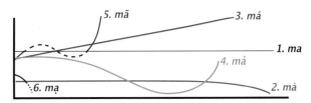

Examples of words using the six main tones in Vietnamese are:
1. **ma** "ghost" (mid-level tone)
2. **mà** (`) "but" (low-falling tone)
3. **má** (´) "mother" (high-rising tone)
4. **mả** (’) "grave" w(low-falling-rising tone)
5. **mã** (˜) "horse" (high-rising broken tone)
6. **mạ** (,) "rice seedling" (low-falling broken tone)

Vietnamese consonants
Vietnamese has twenty-two initial consonants. Please listen to the audio recordings to hear examples of each one.

	Examples		Examples		Examples
b [b]	boy	**x** [s]	save	**ch** [j]	chase
ph [f]	phone	**d, gi** [z]	zipper	**nh** [ny]	onion
v [v]	van in the North;	**n** [n]	no	**c, k, qu** [k]	gas
	yes in the South	**l** [l]	love	**kh** [kh]	kiss
m [m]	man	**r**[4] [r]	run	**g, gh** [gh]	golf
t [t]	dog	**tr**[5] [tʳ]	train	**ng, ngh** [ng]	sing, sing**y**
đ [d]	dove	**s**[6] [s]	shave	**h** [h]	house
th [tʰ]	Texas (aspirated)	**r**[7] [r]	run		

Note that the Vietnamese character **d** denotes a [**z**] sound whereas the [**d**] sound is written as **đ**. Both **s** and **x** are pronounced as the [**s**] sound in the Hanoi dialect. The Vietnamese character **x** should not be confused with the English **x** that represents a [**z**] sound as in *Xerox* or *xylophone*.

Many Vietnamese initial consonants are similar to their English counterparts. However the following consonants sound very different from the English ones or do not exist in English at all.

The consonants **t** and **th**
The consonant **t** is unaspirated which means it is pronounced without releasing a puff of air, unlike the English **t** (but similar to the Spanish **t**). There is a similar consonant **th** which is aspirated, which means it has

---

[4] This trill initial consonant does not exist in the Hanoi dialect.
[5] This retroflex initial consonant does not exist in the Hanoi dialect.
[6] This retroflex initial consonant does not exist in the Hanoi dialect.
[7] This retroflex initial consonant does not exist in the Hanoi dialect.

the **t** sound plus a puff of air. Please note that **th** is not pronounced the way it is in English (with the tongue blocking the teeth). It is pronounced as a **t** sound with a puff of air after it. Compare **ta** "we" versus **tha** "forgive."

The consonant **ch**
English does not have a consonant similar to this Vietnamese consonant. It is halfway between the English **ch** and **j** sounds. For instance, **cha** "father," and **chú** "uncle." It should not be confused with the English **ch** as in *chapter* or *chase*.

The consonant **nh**
This consonant sounds like **ny**, similar to the Spanish **ñ** as in ma**ñ**ara. For example, **nhà** "house" and **nhỏ** "small."

The consonant **kh**
This Vietnamese consonant is a rasping sound produced by narrowing the passage to the throat at the back of the mouth. The air squeezes through the passage on its way out, similar to the German **ch** or Arabic **kh**. For instance, **khá** "good," **khi** "when."

The consonants **g** and **gh**
These have the same pronunciation as **kh**, but more growly, with a vibration of the vocal chords in the throat. Compare **ghi** "write down" vs. **khi** "when."

The consonants **ng** and **ngh**
These have the same pronunciation, like the **ng** in the English word *hangar*. In Vietnamese, this sound is often used at the beginning of a word. For example, **ngủ** "sleep" and **nghề** "occupation."

The consonants **d** and **đ**
In Vietnamese the letter d is pronounced like English [z] whereas the English **d** sound is written as **đ**.
　　For example, **da** "skin" and **đa** "banyan tree".

Labialization
This term refers to the rounding of the lips to pronounce a syllable which does not contain a rounded nuclear vowel. For instance, **khá** "good" is not labialized, while **khoá** "lock" is labialized. The character **o** is added to denote the labialization of the syllable. Labialization is also sometimes represented by the character **u** as in the labialized **huệ** "lily" vs. the unlabialized **hệ** "system."

Vowels

Vietnamese has nine long vowels:
i, y [i] like b**ee**, bo**y**
ê [e] like m**ay**
e [ɛ] like s**e**t
ư [ɯ] similar to c**ou**ld
ơ [ə] like h**u**rt
a [a] like f**a**ther
u [u] like s**oo**t
ô [o] like b**oa**t
o [ɔ] like c**au**ght

two short vowels:
â [ɔ̆] like h**u**t
ă[8] [ă] like c**a**t

and three diphthongs:
iê, ia [iə] like vi**e**tnam
ươ, ưa [ɯə] like **thương** (love) **ưa** (like)
uô, ua [uo] like mo**we**r

---

[8] Note that a short nuclear vowel should always be followed by a final semi-vowel or consonant (see page 7).

Sounds at the end of a syllable
Syllables can end in a vowel or they can end in a semi-vowel on consonant as follows:

Vietnamese has two semi-vowel finals:	and six consonant finals:	
i, y [į]	**m** [m]	**p** [p]
u, o [ụ]	**n** [n]	**t** [t]
	ng, nh [ŋ]	**c, ch** [k]

Vietnamese grammar and usage
Here are a few simple grammar points that English-speaking learners of Vietnamese should take note of:

1. The word order of the main parts in a sentence is similar to English. That is, the subject (S) comes first followed by the verb (V), which is followed by the object (O): S + V + O. However, there are some other differences between Vietnamese and English word order. For instance, in English an adjective comes before a noun to modify it, whereas it comes after the noun in Vietnamese. Compare *beautiful flowers* vs. **hoa đẹp** literally, "flower beautiful." And, a Vietnamese demonstrative comes after the noun it modifies. For example: *this person* vs. **người này** literally, "person this."

2. A Vietnamese verb does not change form to express person, number, time or tense. These meanings are conveyed by other words used together with the verb. It is very important to know how these auxiliary words are used, since some of them are placed in front of a verb whereas others follow it.

3. Most questions are formed by specific sentence forms, unlike many other languages where intonation alone can be used to ask a question.

4. A Vietnamese noun does not change form and there are no plural forms or gender forms. Separate words are used to refer to multiple objects. Some nouns take a so-called "classifier" when it is used with a number or a demonstrative. Different classifiers are used with different nouns and it is good to learn these.

5. Vietnamese normally use kinship terms instead of pronouns to address someone. It is a good idea to ask the Vietnamese person you are speaking to how to address her or him and how to refer to yourself. Being aware of this complicated issue, the person will be happy to explain it to you. This dictionary uses the general terms **bạn** for the singular *you* and **các bạn** for the plural *you*. Literally, **bạn** means "friend." Other common terms used to address people are:
   For example, **anh** means "elder brother", **chị** means "elder sister"

Phonetic pronounciation guides
To assist the reader, a separate phonetic pronounciation is given after each Vietnamese word or phrase to clarify how it is to be read. The following symbols are used in the phonetic pronounciations:

Vowels (the original Vietnamese letter is given on the left and the phonetic representation given after)

a (long **a** as in *father* or *lager*) and **ă** (short **a** as in *hat*) are both represented by **a**. The same sound is represented by **ah** if at the end of a syllable.

â (short "**uh**" as in *about*) and **ơ** (long "**uh**" as in *early*) are both represented by **u**. The same sound is represented by **uh** if at the end of a syllable.

e (as in *let*) and **ê** (as in the first part of *may*) are both represented by **e**. The same sounds are represented by **eh** if at the end of a syllable.

i and **y** (short **i** as in *happy* or long **i** as in *seek*) are represented by **i** when the vowel is short and **ee** when the vowel is long.

o (short **o** as in *pod*) is represented by **o**.

7

ô (like the **aw** in *law*) is represented by **aw**.

u (like **oo** in *snooze* or *cool*) is represented by **oo**.

ư (like **ou** in *could*) is represented by **ou**.

Aside from the simple vowels above, vowels are also placed together to produce double or triple combinations (diphthongs and triphthongs). The following common sounds in English are used to represent these in our pronunciation system:

ay is used as in *day* or *may*.

oh is used as in *go*.

ow is used as in *how* or *cow*. Be mindful not to mispronounce it as **oʊ** as in *snow*, which is represented by **oh** in our pronunciation system.

oy is used as in *toy* or *soy*.

y is pronounced as in *why* or *by* after a consonant and written as **y**. However, "eye" is used when it starts a syllable. This is to avoid confusion with the hard **y** used as a consonant as in *yes* or *yellow*.

We use hyphens to connect the component vowels in other combinations not mentioned above. Readers should attempt to glide the vowels together to produce a single syllable.

Consonants

b (similar to the **b** in *book*) is represented by **b**.

c (like the **k** in *scan*) and **k** (like the **k** in *skin*) are both represented by **k**. Please note that it is not aspirated, unlike in the English word *kin*.

d and **gi** (pronounced like **z** as in *zoo*) are both represented by **z**.

đ (like **d** in *dog*) is represented by **d**.

g and **gh** (like **g** in *amigo* in Spanish) is represented by **g**.

h (like **h** in *house*) is represented by **h**.

l (like **l** in *light*) is represented by **l**.

m (like **m** in *mouse* or *sum*) is represented by **m**.

n (like **n** in *not* or *ton*) is represented by **n**.

p (like **p** in *spin*) is represented by **p**. Notice that it is not aspirated, unlike *pin*.

r (is represented by z^r to suggest that you pronounce **z** with your tongue curled. It is as if you are pronouncing **z** and **r** at the same time.

s (is represented by sh^r to suggest that you pronounce **sh** with your tongue curled. It is as if you are pronouncing **sh** and **r** at the same time.

t (like **t** in *sting*) is represented by **t**. Please note that this is not aspirated, unlike in the English word *ton* or *tin*.

v (like **v** in *vase*) is represented by **v**.

x (like **s** in *sun*) is represented by **s**.

ch does not have a counterpart in English, but sounds most similar to **ch** and **j**. We chose to represent it by **ch**.

tr does not have a counterpart in English, but sounds like **ch** and **j** with the tongue curled. Therefore, we chose to represent it by j^r.

kh (like **ch** in German *buch*) is the sound you make at the end of **ugh**, when a puff of air is released and vibration is felt near the back of the mouth. You can also imagine pronouncing **k**, but allowing more air to flow through. We chose to represent this sound by **kh**.

ng or **ngh** (like **ng** in *king* or *singer*) is represented by **ng**.

nh (like **ny** in *piñata*) is represented by **n-y** before a vowel, and as **nh** at the end of a word.

ph (like **f** in *fish*) is represented by **f**.

qu (like **kw** in *square*) is represented by **k-w**. Please note this sound is not aspirated.

th (like **t** in *tin*) is represented by **t**.

w (like **w** in *watch*) is used instead of **oo** in certain words, if it is followed by other vowels.
For example **thuốc** → twáwk (**t-w** is pronounced as in **tw**itter)
muốn → m-wún (**m-w** is pronounced as in **mw**ah)

y (like **y** in *yes*) is used instead of **i** or **ee** in certain words, if it is followed by other vowels. It is also used to remind readers of the **y** sound in **nh**.

The use of hyphens
Besides linking vowels, hyphens are also used to assist in reading and to avoid confusions in the phonetic pronunciations. For example, **w** and **y** are separated from preceding consonants with hyphens for clarity, and also to avoid **y** being mistaken as a vowel.

How to use this picture dictionary
This dictionary is accompanied by a set of audio recordings made by native speakers from Hanoi. You can look up any topic which is of interest to you, listen to each word and repeat it after the speaker. Afterwards, you move to the phrases and sentences doing the same. When you are sure that you know the meanings of the words, phrases and sentences, you may want to listen to them again without looking at the book and try writing them down. Then check the book to see if you wrote them correctly.

The English-Vietnamese Index at the end of the dictionary will help you find words you have learned, but which you may have forgotten.

The free online audio files for pronunciation practice may be downloaded as follows:

To download the audio recordings for this book, type the following URL into your web browser:
www.tuttlepublishing.com/Vietnamese-Picture-Dictionary
For support, email us at info@tuttlepublishing.com

Rất vui được gặp bạn!

Z^rút v-wee dou-ụk gạp bạn!

So nice to meet you!

1

1 Chào bạn, bạn có khỏe không?
Chòw bạn, bạn kó kh-wẻh khawngm?
Hello, how are you?

2 Tôi rất khỏe, cảm ơn bạn.
Toy z^rút kh-wẻh, kảm un bạn.
I am fine, thank you.

3 gặp
gạp
to meet

4 Đây là chị Mai, còn đây là anh Nam.
Day làh chị My, kòn day làh eye-nh Nam.
This is Ms Mai, and this is Mr Nam.

5 Chào anh!
Chòw eye-nh!
Hello!

6 Rất vui được gặp chị.
Z^rút v-wee dou-ụk gạp chị.
Pleased to meet you!

7 giới thiệu
zúh-i t-yọh
to introduce

8 cái gì?
ký zèe?
what?

9 hài lòng
hỳ lòngm
satisfied

10 hạnh phúc
hỵnh fóok
happy

11 vui vẻ
v-wee vẻh
joyful

12 gọi
gọ-i
to call;
to be called

13 chúc
chóok
to express
(good wishes)

15 Chào chị! Tên tôi là Smith, còn chị tên là gì?
Chòw chị! Ten toy lài "Smith," kòn chị ten lài zèe?
Hi, my name is Smith. What's your name?

16 Tôi họ Nguyễn, tên là Thanh Mai. Đây là danh thiếp của tôi.
Toy họ Ngoo-yễn, ten lài Tynh My. Day lài zynh t-yúp kỏo-aw toy.
My family name is Nguyễn, and my given name is Thanh Mai. This is my namecard.

14 xin tự giới thiệu
seen tọu zúh-i t-yọh
to introduce yourself

Additional Vocabulary

17 Hẹn gặp lại!
Hẹn gạp lỵ!
Goodbye! See you!

18 Đi nhé!
Dee n-yéh!
Take care!

23 tên
ten
name

24 họ
họ
surname

25 bạn
bạn
friends

26 làm quen
làm k-wen
to know

27 quốc tịch
k-wáwk tịk
nationality

28 bắt tay
bát ty
shake hands

29 ôm
awm
to hug

30 hôn
hawn
to kiss

31 cười
kòu-uh-i
to smile

32 vẫy tay
vẫy ty
to wave

33 cúi chào
k-wée chòw
to bow

34 chào hỏi
chòw hỏ-i
to greet

35 bắt đầu nói chuyện
bát dòh nó-i choo-yẹn
to start a conversation

36 nói chuyện xã giao
nó-i choo-yẹn sãh zow
to make small talk

37 nói chuyện phiếm
nó-i choo-yẹn f-yúm
to chat; to gossip

38 Thế nào?
Téh nòw?
How are things?

39 Tại sao?
Tỵ shᵉow?
Why?

21 Cảm ơn bạn!
Kảm un bạn!
Thank you!

22 Không có gì; không có chi.
Khawngm kó zèe; khawngm kó chee.
Not at all.

19 gặp gỡ
gạp gũh
gathering; meeting

20 khách
khák
guest; customer

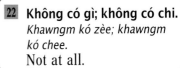

11

Gia đình tôi

Zah dình toy

2 | My family

1	con trai	2	đàn ông	3	phụ nữ
	kon jᴿy		*dàn awngm*		*fọo nõu*
	son		male		female

4 trẻ em
jᴿểh em
children

5 con gái
kon gý
daughter

6 cha mẹ
chah mẹh
parents

26 vợ
vụh
wife

27 chồng
chàwngm
husband

28 chú
chóo
father's younger brother

29 cô
kaw
father's sister

30 cậu
kọh
mother's brother

31 con rể
kon zᴿểh
son-in-law

32 con dâu
kon zoh
daughter-in-law

33 cháu trai; cháu gái
chów jᴿy; chów gý
grandson; granddaughter

34 họ hàng; bà con
họ hàng; bàh kon
relatives

35 hàng xóm
hàng sóm
neighbor

36 anh rể
eye–nh zᴿểh
brother-in-law

37 chị dâu
chị zoh
sister-in-law

38 anh họ bên nội
eye–nh họ ben nọy
older male cousin (father's side)

39 em trai họ bên ngoại
em jᴿy họ ben ngwỵ
younger male cousin (mother's side)

40 gia đình
zah dình
family

41 tự
tọu
self

42 trẻ
jᴿểh
young

43 nhiệt tình
n–yẹt tình
enthusiastic

44 tin
teen
to believe

45 Bạn có mấy anh chị em?
Bạn kó máy eye–nh chị em?
How many brothers and sisters do you have?

46 Tôi có một chị và một em trai.
Toy kó mạwt chị vàh mạwt em jᴿy.
I have one elder sister and one younger brother.

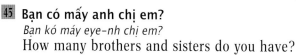

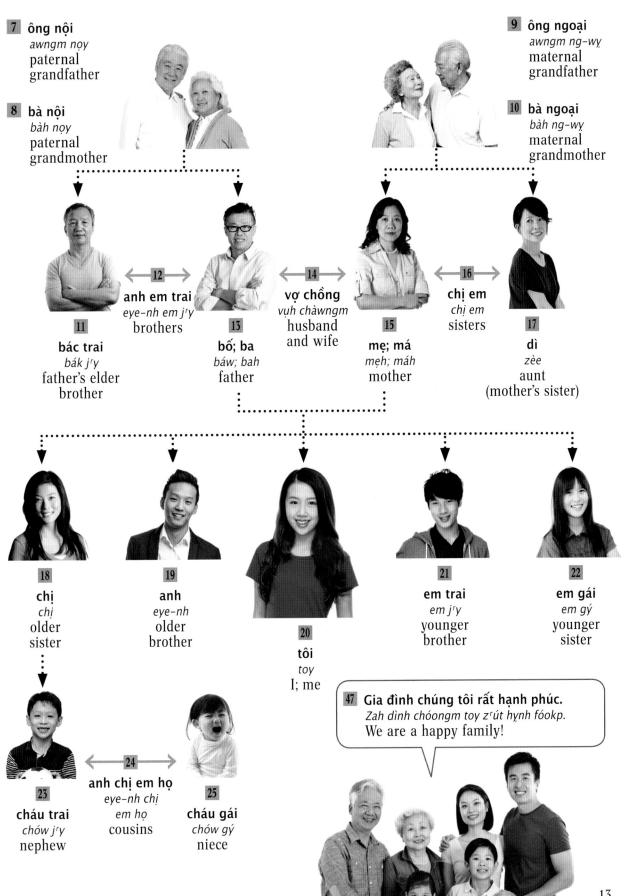

7 **ông nội**
awngm noy
paternal
grandfather

8 **bà nội**
bàh noy
paternal
grandmother

9 **ông ngoại**
awngm ng-wy
maternal
grandfather

10 **bà ngoại**
bàh ng-wy
maternal
grandmother

12 **anh em trai**
eye-nh em jʳy
brothers

14 **vợ chồng**
vụh chàwngm
husband
and wife

16 **chị em**
chị em
sisters

11 **bác trai**
bák jʳy
father's elder
brother

13 **bố; ba**
báw; bah
father

15 **mẹ; má**
mẹh; máh
mother

17 **dì**
zèe
aunt
(mother's sister)

18 **chị**
chị
older
sister

19 **anh**
eye-nh
older
brother

20 **tôi**
toy
I; me

21 **em trai**
em jʳy
younger
brother

22 **em gái**
em gý
younger
sister

23 **cháu trai**
chów jʳy
nephew

24 **anh chị em họ**
eye-nh chị em họ
cousins

25 **cháu gái**
chów gý
niece

47 **Gia đình chúng tôi rất hạnh phúc.**
Zah dình chóongm toy zʳút hỵnh fóokp.
We are a happy family!

13

Trong nhà tôi
J^rongm n-yàh toy

3 | My house

1 **phòng khách**
fòngm khák
living room

2 **ban công**
ban kawngm
balcony

3 **lan can**
lan kan
railing

4 **trần nhà**
j^rùn n-yàh
ceiling

5 **chìa khoá**
ch-yùh kh-wáh
keys

6 **bức tranh**
bóuk j^rynh
painting

7 **đèn**
dèn
lamp

8 **ghế**
géh
chair

9 **tường**
tou-ùng
wall

10 **tivi**
tee vee
television

11 **bàn nước**
bàn nou-úk
coffee table

12 **thảm**
tảm
carpet

17 **máy điều hòa**
mý d-yòh h-wàh
air conditioner

13 **bàn**
bàn
table

14 **ghế sô pha**
géh sh^raw fah
sofa

15 **sàn nhà**
sh^ràn n-yàh
floor

16 **rèm cửa**
z^rèm kỏu-uh
curtain

18 **cửa sổ**
kỏu-uh
sh^rảw
window

19 **gối**
góy
pillow

20 **giường**
zou-ùng
bed

21 **phòng ngủ**
fòngm ngỏo
bedroom

22 **phòng**
fòngm
room

Additional Vocabulary

49 **công tắc**
kawngm ták
light switch

50 **ổ cắm điện**
ảw kám d-yẹn
electric socket;
power point

51 **nhà**
n-yàh
apartment;
house

52 **căn hộ**
kan hạw
apartment

53 **mái nhà**
mý n-yàh
roof

54 **gác xép**
gák sép
attic; loft

55 **tầng hầm**
tùng hùm
basement;
cellar

56 **gara ô tô**
gah rah aw taw
garage

57 **Căn nhà đẹp quá, tôi rất muốn sống ở đây.**
Kan n-yàh dẹp k-wáh, toy z^rút m-wún sh^ráwngm ủh day.
What a beautiful house! I would love to live here.

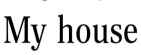

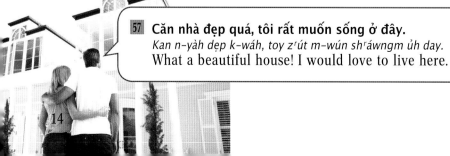

23 **bếp**
bép
kitchen

24 **lò vi sóng**
lò vee shʳóngm
microwave oven

28 **máy hút mùi**
mý hóot mòo-i
range hood; cooker hood

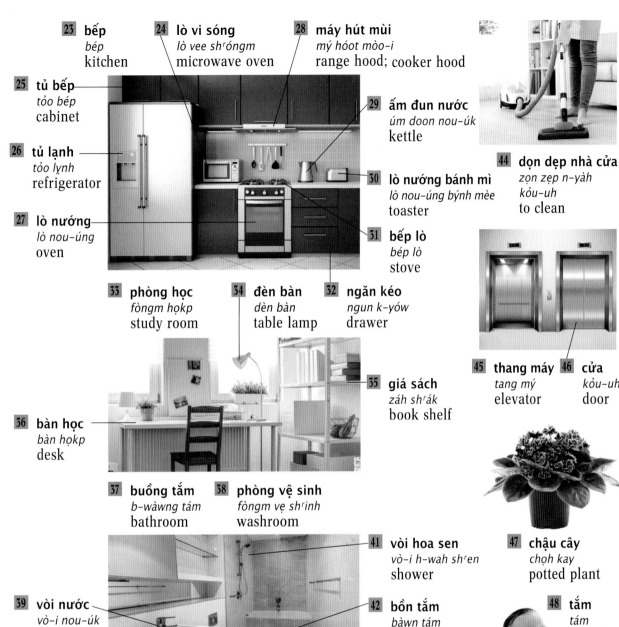

25 **tủ bếp**
tỏo bép
cabinet

29 **ấm đun nước**
úm doon nou-úk
kettle

26 **tủ lạnh**
tỏo lynh
refrigerator

30 **lò nướng bánh mì**
lò nou-úng býnh mèe
toaster

27 **lò nướng**
lò nou-úng
oven

31 **bếp lò**
bép lò
stove

44 **dọn dẹp nhà cửa**
zọn zẹp n-yàh kỏu-uh
to clean

33 **phòng học**
fòngm họkp
study room

34 **đèn bàn**
dèn bàn
table lamp

32 **ngăn kéo**
ngun k-yów
drawer

35 **giá sách**
záh shʳák
book shelf

36 **bàn học**
bàn họkp
desk

45 **thang máy**
tang mý
elevator

46 **cửa**
kỏu-uh
door

37 **buồng tắm**
b-wàwng tám
bathroom

38 **phòng vệ sinh**
fòngm vẹ shʳinh
washroom

41 **vòi hoa sen**
vò-i h-wah shʳen
shower

47 **chậu cây**
chọh kay
potted plant

39 **vòi nước**
vò-i nou-úk
water tap

42 **bồn tắm**
bàwn tám
bathtub

48 **tắm**
tám
to bathe

40 **bồn rửa tay**
bàwn zʳỏu-uh ty
sink

43 **bồn vệ sinh; bồn cầu**
bàwn vẹ shʳinh; bàwn kòh
toilet bowl

---

58 Nhà này có mấy tầng. Nhà này có mấy tầng lầu?
N-yàh nỳ kó máy tùng. N-yàh nỳ kó máy tùng lòh?
How many floors does this house have?

60 Căn nhà này to quá!
Kan n-yàh nỳ to k-wáh!
What a big house!

59 Tôi muốn thuê nhà.
Toy m-wún t-weh n-yàh.
I would like to rent an apartment.

61 Tôi muốn xem phòng bếp.
Toy m-wún sem fòngm bép.
I want to see the kitchen.

Cơ thể con người
Kuh tẻh kon ngou-ùh-i

4 | The human body

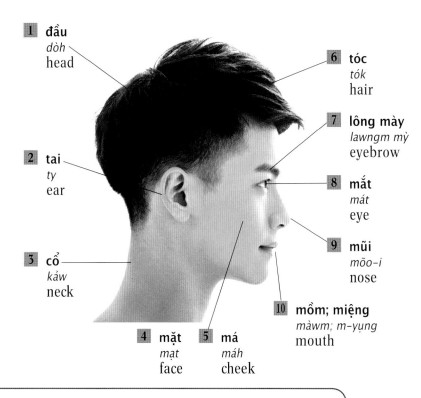

1 đầu
dòh
head

2 tai
ty
ear

3 cổ
kảw
neck

4 mặt
mạt
face

5 má
máh
cheek

6 tóc
tók
hair

7 lông mày
lawngm mỳ
eyebrow

8 mắt
mát
eye

9 mũi
mõo-i
nose

10 mồm; miệng
màwm; m-yụng
mouth

11 lưỡi
lou-ũh-i
tongue

12 răng
zʳang
teeth

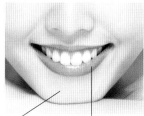

13 cằm
kàm
chin

14 môi
moy
lips

15 ngón tay
ngón ty
fingers

16 ngón chân
ngón chun
toes

---

50 Bạn có thể gọi tên những bộ phận nào trên cơ thể?
Bạn kó tẻh gọ-i ten n-yõung bạw f-ụn nòw jʳen kuh tẻh?
How many parts of your body can you name?

51 Bạn chăm sóc cơ thể thế nào?
Bạn cham shʳók kuh tẻh téh nòw?
How do you take care of your body?

52 Hút thuốc có hại cho sức khỏe.
Hóot t-wáwk kó hy cho shʳóuk kh-wẻh.
Smoking is bad for your health.

53 Cẩn thận nhé, đừng ăn uống quá nhiều.
Kủn tụn n-yéh, dòung an wáwng k-wáh n-yòh.
Be careful not to eat and drink too much.

54 Không nên ăn nhiều kẹo và quà vặt.
Khawngm nen an n-yòh k-yọw vàh k-wàh vạt.
Don't eat too many sweets and snacks.

55 Muốn cho cơ thể khỏe mạnh thì ngày nào cũng phải tập thể dục.
M–wún cho kuh tẻh kh–wẻh mạnh tèe ngày nòw kõong fỷ tụp tẻh zọokp.
To stay healthy, you should exercise every day.

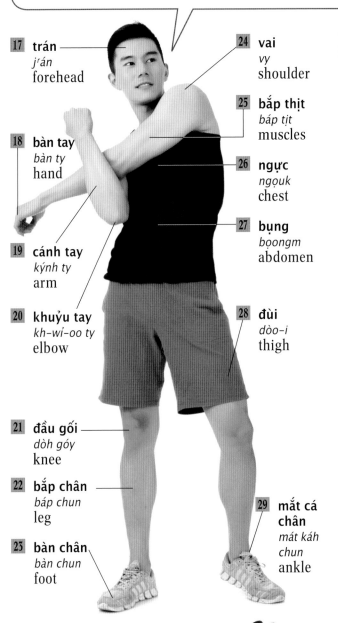

17 trán
j^rán
forehead

18 bàn tay
bàn ty
hand

19 cánh tay
kýnh ty
arm

20 khuỷu tay
kh–wỉ-oo ty
elbow

21 đầu gối
dòh góy
knee

22 bắp chân
báp chun
leg

23 bàn chân
bàn chun
foot

24 vai
vy
shoulder

25 bắp thịt
báp tịt
muscles

26 ngực
ngọuk
chest

27 bụng
bọongm
abdomen

28 đùi
dòo-i
thigh

29 mắt cá chân
mát káh chun
ankle

Additional Vocabulary

36 cơ quan nội tạng
kuh k–wan nọy tạng
organs

37 hệ tiêu hóa
hẹh t–yoh h–wáh
digestive system

38 hệ hô hấp
hẹh haw húp
respiratory system

39 hệ thần kinh
hẹh tùn kinh
nervous system

40 hệ xương khớp
hẹh sou-ung khúp
skeletal system

41 da
zah
skin

42 máu
mów
blood

43 mạch máu
mạk mów
vessels

44 xương
sou-ung
bone

45 động mạch
dạwng mạk
artery

46 tĩnh mạch
tĩnh mạk
vein

47 sức khỏe
sh^róuk kh–wẻh
health

48 bệnh tật
bẹnh tụt
illness

49 dạ dày
zạh zỳ
stomach

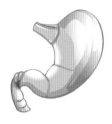

30 não
nõw
brain

31 phổi
fỏy
lungs

32 tim
teem
heart

33 thận
tụn
kidneys

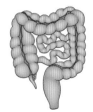

34 ruột
z^r-wụt
intestines

35 gan
gan
liver

Số đếm

Sh'áw dém

5 | Counting and numbers

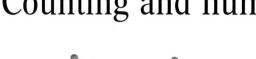

 **1 một**
mạwt
one

 **2 hai**
hy
two

 **3 ba**
bah
three

 **4 bốn**
báwn
four

 **5 năm**
nam
five

 **6 sáu**
sh'ów
six

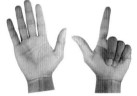 **7 bảy**
bỷ
seven

8 tám
tám
eight

9 chín
chéen
nine

10 mười
mou-ùh-i
ten

12 ba phần tư
bah f-ùn tou
three quarters

14 một phần ba
mạwt f-ùn bah
one third

 **11 một nửa;**
một phần hai
mạwt nỏu-uh;
mạwt f-ùn hy
one half

 **13 một phần tư**
mạwt f-ùn tou
one quarter

  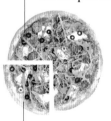 **15 hai phần ba**
hy f-ùn bah
two thirds

Cardinal Numbers
Số đếm *Sh'áw dém*

0 **không** *khawngm* zero

11 **mười một** *mou-ùh-i mạwt* eleven

12 **mười hai** *mou-ùh-i hy* twelve

13 **mười ba** *mou-ùh-i bah* thirteen

14 **mười bốn** *mou-ùh-i báwn* fourteen

15 **mười lăm** *mou-ùh-i lam* fifteen

16 **mười sáu** *mou-ùh-i sh'ów* sixteen

17 **mười bảy** *mou-ùh-i bỷ* seventeen

18 **mười tám** *mou-ùh-i tám* eighteen

19 **mười chín** *mou-ùh-i chéen* nineteen

20 **hai mươi** *hy mou-uh-i* twenty

30 **ba mươi** *bah mou-uh-i* thirty

40 **bốn mươi** *báwn mou-uh-i* forty

50 **năm mươi** *nam mou-uh-i* fifty

60 **sáu mươi** *sh'ów mou-uh-i* sixty

70 **bảy mươi** *bỷ mou-uh-i* seventy

80 **tám mươi** *tám mou-uh-i* eighty

90 **chín mươi** *chéen mou-uh-i* ninety

100 **một trăm** *mạwt j'am*
one hundred

1,000 **một nghìn; một ngàn**
mạwt ngìn; mạwt ngàn
one thousand

10,000 **mười nghìn; mười ngàn**
mou-ùh-i ngìn; mou-ùh-i ngàn
ten thousand

100,000 **một trăm nghìn; một trăm**
ngàn *mạwt j'am ngìn; mạwt j'am*
ngàn one hundred thousand

1,000,000 **một triệu** *mạwt j'-yọh*
one million

100,000,000 **một trăm triệu** *mạwt*
j'am j'-yọh one hundred million

1,000,000,000 **một tỉ** *mạwt tỉ*
one billion

10,000,000,000 **mười tỉ** *mou-ùh-i tỉ*
ten billion

16 **máy tính**
mý tính
calculator

17 **chia**
chee-uh
to divide

18 **nhân**
n-yun
to multiply

19 **trừ**
jʳòu
to subtract

20 **cộng**
kạwng
to add

21 **bằng**
bàng
equals

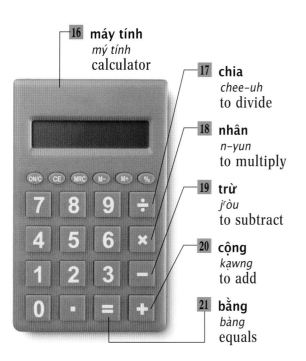

Ordinal Numbers **Số thứ tự** *Shʳáw tóu tọu*
Note: To form an ordinal number, just add the
word **thứ** in front of the number. For example:
1st **thứ nhất** *tóu n-yút* first
2nd **thứ hai** *tóu hy* second
3rd **thứ ba** *tóu bah* third
4th **thứ tư** *tóu tou* fourth
5th **thứ năm** *tóu nam* fifth
6th **thứ sáu** *tóu shʳów* sixth
7th **thứ bảy** *tóu bỷ* seventh
8th **thứ tám** *tóu tám* eighth
9th **thứ chín** *tóu chéen* ninth
10th **thứ mười** *tóu mou-ùh-i* tenth
11th **thứ mười một** *tóu mou-ùh-i mạwt* eleventh
12th **thứ mười hai** *tóu mou-ùh-i hy* twelfth
13th **thứ mười ba** *tóu mou-ùh-i bah* thirteenth
20th **thứ hai mươi** *tóu hy mou-uh-i* twentieth
30th **thứ ba mươi** *tóu bah mou-uh-i* thirtieth
40th **thứ bốn mươi** *tóu báwn mou-uh-i* fortieth
50th **thứ năm mươi** *tóu nam mou-uh-i* fiftieth
60th **thứ sáu mươi** *tóu shʳów mou-uh-i* sixtieth
70th **thứ bảy mươi** *tóu bỷ mou-uh-i* seventieth
80th **thứ tám mươi** *tóu tám mou-uh-i* eightieth
90th **thứ chín mươi** *tóu chéen mou-uh-i* ninetieth
100th **thứ một trăm** *tóu mạwt jʳam* one-hundredth

Additional Vocabulary

22 **hai**
hy
two; both

23 **phần trăm**
f-ùn jʳam
percent (%)

24 **phân số**
f-un shʳáw
fraction

25 **số chẵn**
shʳáw chẵn
even numbers

26 **số lẻ**
shʳáw lẻh
odd numbers

27 **đếm**
dém
to count

28 **con số**
kon shʳáw
numbers

29 **chữ số**
chõu shʳáw
digits

30 **2 cộng 4 bằng 6.**
Hy kạwng báwn bàng shʳów.
Two plus four equals six.

31 **11 trừ 5 bằng 6.**
Mou-ùh-i mạwt jʳòu nam bàng shʳów.
Eleven minus five equals six.

32 **10 nhân 12 bằng 120.**
Mou-ùh-i n-yun mou-ùh-i hai bàng mạwt jʳam hy mou-uh-i.
Ten times twelve equals one hundred and twenty.

33 **42 chia cho 8 bằng 5¼.**
Báwn hy chee-uh cho tám bàng nam mạwt fùn tou.
Forty-two divided by eight equals five and a quarter.

Hoạt động hằng ngày
H-wạt dạwng hàng ngỳ

6 | Daily activities

 5 **đứng**
dóung
to stand

1 **khóc**
khók
to cry

2 **cười**
kòu-uh-i
to laugh

6 **ngồi**
ngòy
to sit

3 **nghe**
ngeh
to
listen

4 **nhìn; xem**
n-yìn; sem
to look;
see

Additional Vocabulary

18 **âm thanh**
um tynh
sound

19 **hỏi**
hỏ-i
to ask

20 **chơi**
chuh-i
to play

21 **thở**
tủh
to breathe

22 **trả lời**
jʳảh lùh-i
to answer

23 **giải quyết**
zỷ koo-yét
to resolve

24 **yêu cầu**
yoh kòh
to request

25 **đồng ý**
dàwngm ée
to agree

26 **đi học**
dee họkp
go to school

27 **tan học**
tan họkp
school is over

28 **nghỉ ngơi**
ngỉ nguh-i
to relax

29 **tức giận**
tóuk zụn
to get angry

30 **thư giãn**
tou zãn
leisure

31 **ăn sáng**
an shʳáng
to have breakfast

32 **ăn trưa**
an jʳou-uh
to have lunch

33 **ăn tối**
an tóy
to have dinner

34 **tắm**
tám
to have a shower

35 **thời gian học tập**
tùh-i zan họkp tụp
study time

36 **làm nội trợ**
làm nọy jʳụh
to do household chores

37 **nấu cơm**
nóh kum
to cook;
to prepare a meal

38 **gội đầu**
gọy dòh
to wash my hair

39 **nhìn thấy; trông thấy**
n-yìn táy; jʳawngm táy
to catch sight of

40 **đi làm; đi làm về**
dee làm; dee làm vèh
go to work; get off work

41 **ngày thường; ngày làm việc**
ngỳ tou-ùng; ngỳ làm v-yẹk
weekday

42 **ngày nghỉ cuối tuần**
ngỳ ngỉ k-wáy t-wùn
weekend

43 **sẵn lòng (làm một việc gì đó)**
shʳãn lòngm (làm mạwt v-yẹk zèe dó)
to be willing (to do something)

44 Tôi cần ngủ 8 tiếng mỗi ngày.
Toy k-ùn ngỏo tám t-yúng mõy ngỳ.
I need eight hours of sleep every day.

7 ngủ
ngỏo
to sleep

8 xem tivi; coi tivi
sem tee vee; ko-i tee vee
to watch TV

9 viết
v-yét
to write

10 thức dậy
tóuk zạy
to wake up

11 đánh răng
dýnh zʳang
to brush teeth

12 nói chuyện
nó-i choo-yẹn
to talk

13 giảng bài
zảng bỳ
to speak

15 chuyển đồ
choo-yển dàw
to move

16 giúp đỡ
zóop dũh
to help

14 Cả nhà cùng dùng cơm.
Kảh n-yàh kòongm zòongm kum.
Everybody eats together.

45 Bạn thường làm gì vào buổi tối ngày thường?
Bạn tou-ùng làm zèe vòw b-wảy tóy ngỳ thou-ùng?
What do you do on weekday evenings?

17 dắt chó đi dạo
zắt chó dee zọw
to walk the dog

46 Bạn thường làm gì vào cuối tuần?
Bạn tou-ùng làm zèe vòw k-wáy t-wùn?
What do you do on weekends?

47 Buổi sáng bạn thường làm việc gì đầu tiên?
B-wảy shʳáng bạn tou-ùng làm v-yẹk zèe dòh t-yen?
What is the first thing you do every morning?

48 Tôi đi tắm và đánh răng.
Toy dee tám vàh dýnh zʳang.
I take a shower and brush my teeth.

Màu sắc, hình dạng và kích thước

Mòw sh'ák, hình zạng vàh kík tóu-uk

7 | Colors, shapes and sizes

1 màu sắc
mòw sh'ák
colors

2 đỏ
đỏ
red

3 trắng
j'áng
white

4 đen
den
black

5 vàng
vàng
yellow

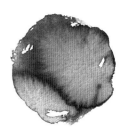

6 xanh lam
synh lam
blue

7 xanh lục
synh lookp
green

8 tím
téem
purple

9 nâu
noh
brown

10 xám
sám
gray

11 da cam
zah kam
orange

12 hồng
hàwngm
pink

13 màu đồng
mòw dàwngm
gold

14 màu bạc
mòw bạk
silver

15 màu sẫm
mòw sh'ũm
dark color

16 màu nhạt
mòw n-yạt
light color

44 Bạn thích màu gì nhất?
Bạn tík mòw zèe n-yút?
What is your favorite color?

45 Tôi thích màu đỏ nhất.
Toy tík mòw đỏ n-yút.
My favorite color is red.

17 bảy sắc cầu vồng
bỷ sh'ák kòh vàwngm
a rainbow

22

18 **hình chữ nhật**
hình chõu n-yụt
a rectangle

19 **hình tròn**
hình jʳòn
a circle

20 **hình bát giác**
hình bát zák
an octagon

21 **hình ngũ giác**
hình ngõo zák
a pentagon

22 **hình vuông**
hình v-wawng
a square

23 **hình trái tim**
hình jʳý teem
a heart

24 **hình bầu dục**
hình bòh zọokp
an oval

25 **hình ngôi sao**
hình ngoy shʳow
a star

26 **hình tam giác**
hình tam zák
a triangle

27 **hình lục giác**
hình lọokp zák
a hexagon

28 **hình thoi**
hình to-i
a diamond

29 **cỡ quần áo**
kũh k-wùn ów
clothing size

30 **cỡ M**
kũh emmùh
M size

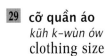

31 **cỡ S**
kũh es
S size

32 **cỡ XS**
kũh ik es
XS size

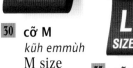

33 **cỡ L**
kũh ellùh
L size

34 **cỡ XL**
kũh ik ellùh
XL size

35 **lớn**
lún
large

36 **trung bình**
jʳoongm bình
medium

37 **nhỏ**
n-yỏ
small

42 **Bạn có cỡ to hơn không?**
Bạn kó kũh to hun khawngm?
Do you have a larger size?

Additional Vocabulary

38 **hình dạng**
hình zạng
shape

39 **cỡ**
kũh
size

40 **lớn hơn**
lún hun
larger

41 **nhỏ hơn**
n-yỏ hun
smaller

43 **Cái này bạn có màu nào khác không?**
Ký nỳ bạn kó mòw nòw khák khawngm?
Do you have this in other colors?

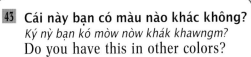

Từ trái nghĩa
Tòu jʳý ngĩ–uh

8 | Opposites

1 lên ⟷ xuống
len *s-wáwng*
up down

2 nhận ⟷ đưa
n–yun *dou-uh*
receive give

3 nhiều ⟷ ít
n-yòh *ít*
more less

4 ra ⟷ vào
zʳah *vòw*
exit enter

5 cũ ⟷ mới
kõo *múh–i*
old new

6 cao ⟷ thấp
kow *túp*
tall short

7 tốt ⟷ xấu
táwt *sóh*
good bad

8 bận ⟷ rỗi; rảnh
bụn *zʳõy; zʳỷnh*
busy idle

9 dài ⟷ ngắn
zỳ *ngán*
long short

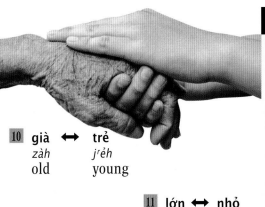

10 già ⬌ trẻ
zàh *jⁱểh*
old young

11 lớn ⬌ nhỏ
lún *n-yỏ*
big small

12 béo; mập ⬌ gầy; ốm
b-yów; mụp *gày; áwm*
fat skinny

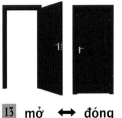

13 mở ⬌ đóng
mủh *dóngm*
open closed

14 mặc ⬌ cởi
mạk *kủh-i*
put on take off

15 khó ⬌ dễ
khó *zễh*
difficult easy

16 có ⬌ không có
kó *khawngm kó*
have do not have

17 đến ⬌ đi
dén *dee*
come go

18 vâng ⬌ không
vung *khawngm*
yes no

19 no ⬌ đói
no *dó-i*
full (eat till) hungry

20 đến ⬌ rời
dén *zⁱùh-i*
arrive depart

21 trong ⬌ ngoài
jⁱongm *ng-wỳ*
inside outside

22 trước đây ⬌ sau này
jⁱou-úk day *shⁱow nỳ*
past future

23 bắt đầu ⬌ kết thúc
bát dòh *két tóok*
begin end

24 gần ⬌ xa
g-ùn *sah*
near far

25 sai ⬌ đúng
shⁱy *dóongm*
wrong right

26 thật ⬌ giả
tụt *zảh*
real fake

27 nhanh ⬌ chậm
n-y-eye-nh *chụm*
fast slow

28 cao ⬌ thấp
kow *túp*
high low

29 mượn ⬌ trả
mou-ụn *jⁱảh*
borrow return

30 quên ⬌ nhớ
k-wen *n-yúh*
forgotten remembered

31 buồn ⬌ vui
b-wàwn *v-wee*
sad happy

---

32 Bạn có thể mượn sách của tôi nhưng nhớ trả lại cho tôi sau khi đọc xong nhé.
Bạn kó tẻh mou-ụn shⁱák kỏo-aw toy n-young n-yúh jⁱảh lỵ cho toy shⁱow khee dọkp songm n-yéh.
You can borrow my book but remember to return it to me after you finish reading it.

33 Lạnh và nóng cũng là một cặp từ trái nghĩa.
Lỵnh vàh nóngm kõong làh mạwt kạp tòu jⁱý ngĩ-uh.
Cold and hot is also a pair of opposites.

34 Hai từ trái nghĩa là hai từ có ý nghĩa tương phản nhau.
Hy tòu jⁱý ngĩ-uh làh hy tòu kó ée ngĩ-uh tou-ung fản n-yow.
Antonyms are a pair of words with opposite meanings.

Tiền Việt Nam

T-yèn V-yẹt Nam

9 | Talking about money

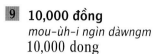

1 **đồng Việt Nam**
d-wàngm V-yẹt Nam
Vietnamese dong

2 **tiền giấy**
t-yèn záy
paper
currency

9 **10,000 đồng**
mou-ùh-i ngìn dàwngm
10,000 dong

3 **tiền xu**
t-yèn soo
coins

4 **200 đồng**
hy j'am dàwngm
200 dong

5 **500 đồng**
nam j'am dàwngm
500 dong

10 **20,000 đồng**
hy mou-uh-i ngìn dàwngm
20,000 dong

6 **1,000 đồng**
mạwt ngìn dàwngm
1,000 dong

11 **50,000 đồng**
nam mou-uh-i ngìn dàwngm
50,000 dong

7 **2,000 đồng**
hy ngìn dàwngm
2,000 dong

12 **100,000 đồng**
mạwt j'am ngìn dàwngm
100,000 dong

8 **500,000 đồng**
nam j'am ngìn dàwngm
500,000 dong

13 **200,000 đồng**
hy j'am ngìn dàwngm
200,000 dong

14 **5,000 đồng**
nam ngìn dàwngm
5,000 dong

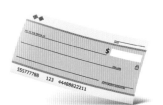

15 **chi phiếu**
chee f-yóh
check

16 **tiền lẻ**
t-yèn lẻh
small change

Additional Vocabulary

21 **tiền**
t-yèn
coin; money

22 **giá tiền**
záh t-yèn
price

23 **giảm giá**
zảm záh
discount

24 **rẻ**
z^{r}ẻh
cheap

25 **đắt; mắc**
dát; mák
expensive

26 **tiền lãi;**
tiền lời
t-yèn lỹ;
t-yèn lùh-i
interest

27 **khoản tiền vay**
kh-wản t-yèn vy
loan; credit

28 **khoản tiền nợ**
kh-wản t-yèn nụh
debt

29 **tiền gửi ngân**
hàng
t-yèn gỏu-i ngun
hàng
bank deposit

30 **số tài khoản**
sh^{r}áw tỳ kh-wản
account number

31 **biên lai**
b-yen ly
receipt

32 **thanh toán**
thành nhiều đợt
tynh t-wán tỳnh
n-yòh dụt
installment
(payment)

33 **thuế**
t-wéh
tax

34 **tiền mặt**
t-yèn mạt
cash

17 **thẻ tín dụng**
tẻh téen zọong
credit card

18 **tiền tiết kiệm**
t-yèn t-yét k-yụm
savings

19 **đổi ngoại tệ**
dỏy ng-wỵ tệh
currency exchange

20 **rút tiền**
z^{r}óot t-yèn
to withdraw money

35 **Cái này giá bao nhiêu?**
Ký nỳ záh bow n-yoh?
How much does this cost?

36 **Hai trăm năm mươi ngàn đồng.**
Hy j^{r}am nam mou-uh-i ngàn dàwngm.
Two hundred and fifty thousand
VND (250,000 VND).

37 **Có thể bớt được không?**
Kó tẻh bút dou-ụk khawngm?
Can you give a discount?

38 **Được, bớt 10%.**
Dou-ụk, bút mou-ùh-i fùn j^{r}am.
OK, 10% discount.

27

Mua sắm
Moo-aw sh^rám

10 | Going shopping

4 túi đựng đồ mua sắm
t-wée dọung dàw moo-aw sh^rám
shopping bag

1 mua
moo-aw
to buy

43 Bao nhiêu tiền?
Bow n-yoh t-yèn?
How much is it?

2 bán
bán
to sell

3 mua sắm
moo-aw sh^rám
to shop

5 đồng hồ
dàwngm hàw
watch

6 quần áo
k-wùn ów
clothes

11 kính; mắt kiếng
kính; mát k-yúng
glasses; spectacles

14 áo sơ mi
ów sh^ruh mee
shirt

7 áo
ów
blouse

12 tất; vớ
tút; vúh
socks

15 cà vạt
kàh vạt
necktie

10 quần
k-wùn
trousers

8 váy
vý
skirt

9 quần bò; quần jeans
k-wùn bò; k-wùn "jean"
jeans

13 giầy
zày
shoes

16 mũ; nón
mõo; nón
hat

Some useful shopping expressions:

46 **Gần đây có trung tâm mua sắm nào không?**
G-ùn day kó j^roongm tum moo-aw sh^rám nòw khawngm?
Where is the nearest shopping center?

47 **Tôi có thể mặc thử được không?**
Toy kó tẻh mạk tỏu dou-ụk khawngm?
Can I try it on?

48 **Phòng thử đồ ở đâu?**
Fòngm tỏu dàw ủh doh?
Where is the fitting room?

49 **Vậy thì đắt quá!**
Vạy tèe dát k-wáh!
That's too expensive!

50 **Tôi sẽ lấy.**
Toy sh^rẽh láy.
I'll take it.

51 **Ở đây có thể trả tiền bằng thẻ tín dụng không?**
Ủh day kó tẻh j^rảh t-yèn bàng tẻh téen zọong khawngm?
Do you accept credit cards?

52 **Tôi sẽ trả tiền mặt.**
Toy sh^rẽh j^rảh t-yèn mạt.
I'll pay in cash.

53 **Có thể cho tôi xin biên lai, được không?**
Kó tẻh cho toy seen b-yen ly, dou-ụk khawngm?
Could I have a receipt?

17 **đồ trang điểm**
dàw j^rang d-yểm
cosmetics

18 **đồ chơi**
dàw chuh-i
toys

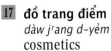

19 **thắt lưng**
tát loung
belt

20 **khăn quàng**
khan k-wàng
scarf

Additional Vocabulary

21 **ngày thứ sáu giảm giá hàng**
ngỳ tóu sh^rów zảm záh hàng
Black Friday

22 **cửa hàng**
kỏu-uh hàng
shop

23 **cửa hàng bách hoá**
kỏu-uh hàng bák h-wáh
department store

24 **cửa hàng thời trang**
kỏu-uh hàng tùh-i j^rang
boutique

25 **nhân viên cửa hàng**
n-yun v-yen kỏu-uh hàng
shop staff

26 **người thu ngân**
ngòu-uh-i too ngun
cashier

27 **giao hàng tận nhà**
zow hàng tụn n-yàh
home delivery

28 **so sánh giá cả**
sh^rýnh záh kảh
comparing prices

29 **mua hàng trên mạng**
moo-aw hàng j^ren mạng
online shopping

30 **thẻ tín dụng**
tẻh téen zọong
credit card

31 **giống như**
záwngm n-you
the same as

32 **tổng cộng**
tảwngm kạwng
altogether

33 **nhất định**
n-yút dịnh
certainly

34 **nói chung**
nó-i choongm
generally

35 **càng**
kàng
more; even more

36 **quyết định**
koo-yét dịnh
decision

37 **khác**
khák
other

38 **đưa đến**
dou-uh dén
to bring

39 **đồ**
dàw
things

40 **hoá đơn**
h-wáh dun
bill; invoice

41 **miễn thuế**
m-yẽn t-wéh
tax free

42 **hoàn lại tiền**
h-wàn lỵ t-yèn
refund

---

44 **Những thứ đồ này có phải trả khoản thuế nào không?**
N-yõung tóu dàw nỳ kó fỷ j^rảh kh-wản t-wéh nòw khawngm?
Is there any tax on this?

45 **Sau này tôi có được hoàn lại thuế không?**
Sh^row nỳ toy kó dou-ụk h-wàn lỵ t-wéh khawngm?
Will I receive the refund of the tax later?

29

Cuộc sống ở thành phố
K-wạwk sh^ráwngm ủh tỳnh fáw

11 | Life in the city

2 sân bay
sh^run by
airport

1 khách sạn
khák sh^rạn
hotel

3 trung tâm mua sắm
j^roongm tum moo-aw sh^rám
shopping center; mall

4 cửa hàng
kỏu-uh hàng
shop

5 siêu thị
sh^r-yoh tị
supermarket

6 cây xăng
kay sang
gas station;
petrol station

7 ngân hàng
ngun hàng
bank

8 trung tâm hội nghị
j^roongm tum họy ngị
conference center

9 ga tàu hỏa; ga xe lửa
gah tòw h-wảh; gah seh lỏu-uh
train station

10 bảo tàng
bỏw tàng
museum

11 thành phố
tỳnh fáw
city

12 nhà cao tầng
n-yàh kow tùng
skyscraper

13 chung cư
choongm kou
apartment building

14 bảo tàng mỹ thuật
bòw tàng mẽe t-wụt
art museum

15 sân vận động
shʳun vụn dạwng
stadium

16 bưu điện
bou-oo d-yẹn
post office

17 đồn công an
dàwn kawngm an
police station

18 đường cao tốc
dou-ùng kow táwk
expressway

19 phòng tập gym
fòngm tụp jim
gym

20 đường
dou-ùng
road

21 đường phố
dou-ùng fáw
street

Additional Vocabulary

22 cầu
kòh
bridge

23 vỉa hè
vỉ-uh hèh
sidewalk

24 hàng xóm
hàng sóm
neighbor

25 góc phố
gók fáw
street corner

26 tượng đài
tou-ụng dỳ
monument

27 nhà thờ
n-yàh tùh
church

28 đền chùa
dèn choo-àw
temple

29 giao thông
zow tawngm
traffic

30 người đi bộ
ngou-ùh-i dee bạw
pedestrians

31 rạp chiếu phim
zʳạp ch-yóh feem
cinema

32 trung tâm thành phố
jʳoongm tum tỳnh fáw
downtown

33 khu doanh nghiệp của thành phố
khoo z-wynh ng-yụp kỏo-aw tỳnh fáw
central business district (CBD)

34 ngoại ô; ngoại thành
ng-wỵ aw; ng-wỵ tỳnh
suburb

35 vạch qua đường dành cho người đi bộ
vạk k-wah dou-ùng zỳnh cho ngou-ùh-i dee bạw
pedestrian crossing

36 đèn hiệu giao thông
dèn h-yọh zow tawngm
traffic lights

37 Bạn đi làm bằng phương tiện gì?
Bạn dee làm bàng fou-ung t-yẹn zèe?
How do you go to work?

38 Cô Đinh muốn sống ở thành phố.
Kaw dình m-wún shʳáwngm ủh tỳnh fáw.
Miss Dinh wants to live in the city.

39 Bạn sống ở thành phố phải không?
Hay ở ngoại thành?
Bạn shʳáwngm ủh tỳnh fáw fỷ khawngm? Hy ủh ng-wỵ tỳnh?
Do you live in the city? Or in the suburbs?

40 Sân bay cách trung tâm thành phố bao xa?
Shʳun by kák jʳoongm tum tỳnh fáw bow sah?
How far is the airport from the city center?

12

Đi lại
Dee ly

Getting around

1 ô tô; xe hơi
aw taw; seh huh-i
car

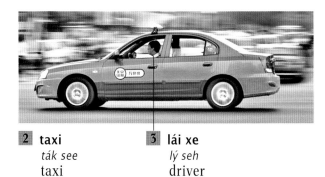

2 taxi
ták see
taxi

3 lái xe
lý seh
driver

4 máy bay
mý by
airplane

5 xe rác
seh z͏ʳák
garbage truck

6 xe chở hàng
seh chủh hàng
delivery van

7 xe tải
seh tỷ
truck

8 tàu cao tốc
tòw kow táwk
high speed train

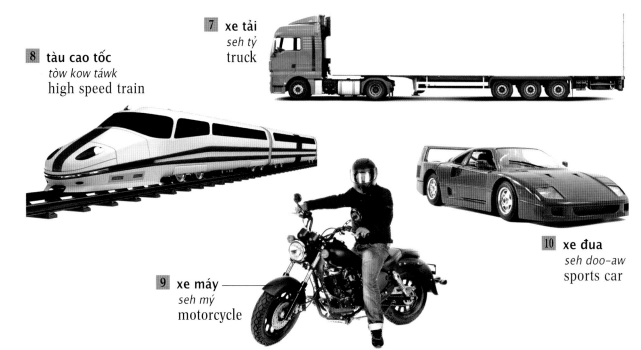

10 xe đua
seh doo-aw
sports car

9 xe máy
seh mý
motorcycle

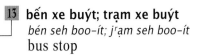

13 bến xe buýt; trạm xe buýt
bến seh boo-ít; j r ạm seh boo-ít
bus stop

11 tàu điện ngầm
tòw d-yẹn ngùm
subway

12 xe buýt
seh boo-ít
public bus

14 xích lô
sík law
pedicab; trishaw

15 tàu; thuyền
tòw; too-yèn
ship; boat

16 xe cứu hỏa
seh kou-óo h-wảh
fire engine

Additional Vocabulary

19 hành khách
hỳnh khák
passenger

20 đi xe buýt
dee seh boo-ít
take a bus;
by bus

21 đi tàu hoả
dee tòw h-wảh
ride a train

22 lái xe
lý seh
drive a car

23 đi xe đạp
dee seh dạp
ride a bike

24 chậm lại
chụm lỵ
slow down

25 nhanh lên
n-y-eye-nh len
go faster

26 Grab
Gùh ráb
Grab

27 đi thẳng
dee tảng
go straight

28 rẽ trái; rẽ phải
z r ẽh j r ý; z r ẽh fỷ
turn left; turn right

29 bảng giờ tàu chạy
bảng zùh tòw chỵ
train schedule

30 quầy bán vé
k-wày bán véh
ticket counter

31 đường xe buýt
dou-ùng seh boo-ít
bus route

32 xe ngựa
seh ngọu-uh
horse carriage

33 gọi taxi
gọ-i ták see
to call a taxi

34 lên kịp chuyến xe buýt
len kịp choo-yén seh boo-ít
catch a bus

35 lên kịp chuyến tàu hoả
len kịp choo-yén tòw h-wảh
catch a train

17 tàu điện
tòw d-yẹn
tram

18 tàu hỏa; xe lửa
tòw h-wảh; seh lỏu-uh
train

36 Đi vào trung tâm thành phố bằng cách
nào tiện nhất?
*Dee vòw j r oongm tum tỳnh fáw bàng kák nòw
t-yẹn n-yút?*
What is the best way to get downtown?

37 Đi xe buýt, taxi hay Grab?
Dee seh boo-ít, ták see hy Gùh ráb?
Should I take the bus, taxi or Grab?

38 Đến bến xe buýt đi đường nào?
Dén bén seh boo-ít dee dou-ùng nòw?
How can I get to the bus stop?

Hỏi đường và chỉ đường
Hỏ-i dou-ùng vàh chẻe dou-ùng

13 | Asking and giving directions

1 ở đâu?
ủh doh?
where?

6 bắc
bák
north

7 tây bắc
tay bák
northwest

8 đông bắc
dawngm bák
northeast

14 đằng trước
dàng jʳou-úk
in front

2 ở đây
ủh day
here

9 tây
tay
west

10 đông
dawngm
east

11 tây nam
tay nam
southwest

12 nam
nam
south

13 đông nam
dawngm nam
southeast

15 đằng sau
dàng shʳow
behind

3 ở đằng kia
ủh dang kee-uh
there

Some common phrases for asking and giving directions:

16 hỏi đường
hỏ-i dou-ùng
asking
directions

21 chỉ đường
chẻe dou-ùng
giving
directions

17 Tôi bị lạc đường rồi. Bạn có thể giúp tôi được không?
Toy bị lạk dou-ùng zʳòy. Bạn kó tẻh zóop toy dou-ụk khawngm?
I'm lost. Can you help me?

22 Xin lỗi bạn, tôi không biết.
Seen lỗy bạn, toy khawngm b-yét.
I'm sorry, I don't know.

18 Có phải đường này đi ... không?
Kó fỷ dou-ùng nỳ dee ... khawngm?
Is this the way to … ?

23 Đi đường này.
Dee dou-ùng nỳ.
It's this way.

19 Cách bao xa?
Kák bow sah?
How far is it?

24 Đi đường kia.
Dee dou-ùng kee-uh.
It's that way.

20 Có thể cho tôi xem bản đồ được không?
Kó tẻh cho toy sem bản dàw dou-ụk khawngm?
Can you show me on the map?

25 Nó ở bên trái/bên phải.
Nó ủh ben jʳý/ben fý.
It's on the left/right.

26 Nó ở bên cạnh ...
Nó ủh ben kỵnh ...
It's next to …

4 ở trên
ủh jʳen
above

5 ở dưới
ủh zou-úh-i
below

28 **ở giữa**
ủh zõu-uh
middle; center

27 **bên phải**
ben fỷ
right side

29 **bên trái**
ben j ͬý
left side

30 **rẽ trái**
z ͬẽh j ͬý
turn left

31 **đi thẳng**
dee tảng
go straight

32 **rẽ phải**
z ͬẽh fỷ
turn right

33 **bên ngoài**
ben ng-wỳ
outside

34 **bên trong**
ben j ͬongm
inside

35 **lạc đường**
lạk dou-ùng
to be lost

36 **dặm**
zạm
mile

37 **mét**
mét
meter

38 **foot**
fóot
foot

39 **gần**
g-ùn
near

40 **xa**
sah
far

41 **đối diện**
dóy z-yẹn
opposite

42 **bên cạnh**
ben kỵnh
side

43 **gần đây**
g-ùn day
nearby

44 **nơi**
nuh-i
place

45 **một bên**
mạwt ben
one side

46 **nói cho biết**
nó-i cho b-yét
to tell

47 **đi qua**
dee k-wah
to go through

48 **rời khỏi**
z ͬ ùh-i khỏ-i
to leave

49 **ngay lập tức**
ngy lụp tóuk
immediately

50 **đã**
dãh
already

51 **cho rằng**
cho z ͬ àng
to think

52 **tưởng**
tou-ủng
to consider

53 **giúp đỡ**
zóop dũh
to help

54 **lo lắng**
lo láng
to feel anxious

55 **phương hướng**
fou-ung hou-úng
direction

56 **khoảng cách**
kh-wảng kák
distance

57 **ki-lô-mét; cây số**
kee law mét; kay sh ͬ áw
kilometer

58 **Còn bao lâu nữa?**
Kòn bow loh nõu-uh?
How much longer?

Nói về thời tiết

Nó-i vèh tòu-i t-yét

14 | Talking about the weather

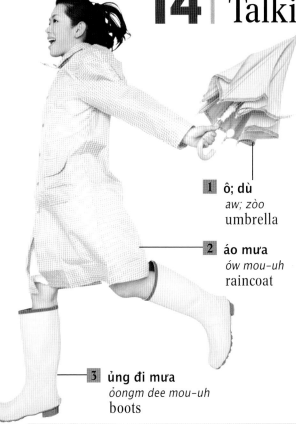

1 ô; dù
aw; zòo
umbrella

2 áo mưa
ów mou-uh
raincoat

3 ủng đi mưa
ỏongm dee mou-uh
boots

4 nắng
náng
sunny

5 trời nắng
jʳòu-i náng
sunny day

6 âm u
um oo
overcast

7 trời âm u
jʳòu-i um oo
cloudy day

8 gió
zó
wind

9 trời gió
jʳòu-i zó
windy

10 mưa
mou-uh
rain

11 trời mưa
jʳòu-i mou-u
raining

12 chớp
chúp
lightning

13 sấm
shʳúm
thunder

14 dông
zawngm
thunderstorm

15 tuyết
too-yét
snow

16 tuyết rơi
too-yét zʳuh-i
to snow

17 bão
bõw
typhoon

---

39 Thời tiết hôm nay rất đẹp. Ngày mai sẽ có mưa.
Tùh-i t-yét hawm ny zʳút dẹp. Ngỳ my shʳẽh kó mou-uh.
It's a beautiful day today. Tomorrow will be rainy.

40 Hôm nay nóng quá. Ngày mai sẽ mát hơn.
Hawm ny nóngm k-wáh. Ngỳ my shʳẽh mát hun.
It is too hot today. Tomorrow will be cooler.

18 áo khoác
ów kh-wák
coat or jacket

19 áo len
ów len
sweater

32 thời tiết
tùh–i t–yét
weather

33 dự báo thời tiết
zọu bów tùh–i t–yét
weather forecast

34 thời tiết tốt
tùh–i t–yét táwt
good weather

35 thời tiết xấu
tùh–i t–yét sóh
bad weather

36 trời nắng đẹp
j`r`òu–i náng dẹp
sunny weather

37 ô nhiễm không khí
aw n–yũm khawngm khée
air pollution

38 bão
bõw
hurricane

20 nóng
nóngm
hot

21 thời tiết nóng bức
tùh–i t–yét nóngm bóuk
hot weather

22 lạnh
lỵnh
cold

23 thời tiết giá lạnh
tùh–i t–yét záh lỵnh
cold weather

24 mây
may
cloud

25 sương mù
sh`r`ou–ung mòo
fog

26 mặt trời
mạt j`r`òu–i
sun

27 mặt trăng
mạt j`r`ang
moon

30 mũ; nón
mõo; nón
hat

28 mưa bão
mou–uh bõw
rainstorm

29 mưa đá
mou–uh dáh
hail

31 găng tay
gang ty
gloves

37

Thời gian

Tòu-i zan

15 | Telling time

4 **6 giờ**
shʳów zùh
6 o'clock

5 **6 giờ 5 phút**
shʳów zùh nam fóot
five minutes past six

1 **giờ**
zùh
hour

2 **phút**
fóot
minute

3 **giây**
zay
second

ELECTRIC

6 **đồng hồ**
dàwngm hàw
clock

8 **6 giờ 15 phút**
shʳów zùh mou-ùh-i lam fóot
fifteen minutes past six

9 **6 giờ rưỡi**
shʳów zùh zʳou-ũh-i
half past six

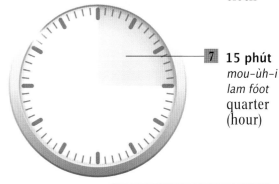

7 **15 phút**
mou-ùh-i lam fóot
quarter
(hour)

10 **6 giờ 45 phút; 7 giờ kém 15**
shʳów zùh báwn n-yam fóot;
bỷ zùh kém mou-ùh-i lam
fifteen minutes to seven

36 **Bây giờ mấy giờ rồi?**
Bay zùh máy zùh zʳòy?
What time is it?

37 **8 rưỡi.**
Tám zʳou-ũh-i.
Half past eight.

38 **Xin lỗi, tôi đến muộn.**
Seen lõy, toy dén m-wụn.
Sorry, I'm late.

39 **Không sao.**
Khawngm shʳow.
It's OK.

Additional Vocabulary

16 **thời gian**
tùh-i zan
time

17 **sáng sớm**
shʳáng shʳúm
early morning

18 **sáng**
shʳáng
in the morning;
a.m.

19 **trưa**
jʳou-uh
noon

20 **chiều**
ch-yòh
in the afternoon;
p.m.

11 **đồng hồ báo thức**
dàwngm hàw bów tóuk
alarm clock

12 **đồng hồ bấm giây**
dàwngm hàw búm zay
stopwatch

21 **đêm**
dem
midnight

22 **đúng giờ**
dóongm zùh
punctual

23 **sớm**
shʳúm
early

13 **đồng hồ thông minh**
dàwngm hàw tawngm minh
smartwatch

14 **đồng hồ đeo tay**
dàwngm hàw d-yow ty
wrist watch

24 **muộn; trễ**
m-wụn; jʳễh
late

25 **giờ**
zùh
o'clock

26 **sau đó**
shʳow dó
later

27 **trước đó**
jʳou-úk dó
before

28 **giữa**
zõu-uh
between; among

29 **một khoảnh khắc**
mạwt kh-wỷnh khák
a brief moment

30 **vừa mới**
vòu-uh múh-i
a moment ago

31 **quá khứ**
k-wáh khóu
(in the) past

32 **thường thường**
tou-ùng tou-ùng
frequently

33 **một lát**
mạwt lát
in a moment

34 **bỗng nhiên**
bãwngm n-yen
sudden

35 **cuối cùng**
k-wáy kòongm
finally

40 **Hẹn gặp lại lúc 3 giờ chiều!**
Hẹn gạp lỵ lóok bah zùh ch-yòh!
See you at 3 p.m.!

15 **tối**
tóy
night

Ngày tháng năm
Ngừ táng nam

16 Years and dates

1 lịch
lịk
calendar

2 năm
nam
year

3 tháng
táng
month

4 ngày
ngừ
day

9 chủ nhật *chỏo n-yụt* Sunday
10 thứ hai *tóu hy* Monday
11 thứ ba *tóu bah* Tuesday
12 thứ tư *tóu tou* Wednesday
13 thứ năm *tóu nam* Thursday
14 thứ sáu *tóu shᵉów* Friday
15 thứ bảy *tóu bỷ* Saturday

JANUARY

SUNDAY	MONDAY	TUESDAY	WEDNESDAY	THURSDAY	FRIDAY	SATURDAY
New Year's Day 1	2	3	4	5	6	7
8	9	10	11	12	13	14
15	16	17	18	19	20	21
22	23	24	25	26	27	28
29	30	31				

5 chủ nhật
chỏo n-yụt
Sunday

6 hôm qua
hawm k-wah
yesterday

7 hôm nay
hawm ny
today

8 ngày mai
ngừ my
tomorrow

45 Tôi có thói quen viết nhật kí.
Toy kó tó-i k-wen v-yét n-yụt kée.
I like to keep a diary.

46 Hôm nay là thứ sáu, ngày 27 tháng 1.
Hawm ny làh tóu shᵉów, ngừ hy bỷ táng mạwt.
Today is Friday, January 27.

47 Hôm qua là thứ năm, ngày 26 tháng 1.
Hawm k-wah làh tóu nam, ngừ hy shᵉów táng mạwt.
Yesterday was Thursday, January 26.

48 Ngày mai là thứ bảy, ngày 28 tháng 1.
Ngừ my làh tóu bỷ, ngừ hy tám táng mạwt.
Tomorrow will be Saturday, January 28.

How to express years, months and dates in Vietnamese:

2018 is **năm hai nghìn không trăm mười tám**
*nam hy ngìn khawngm j*ʳ*am mou-ùh-i tám*

1994 is **năm một nghìn chín trăm chín mươi tư**
*nam mạwt ngìn chéen j*ʳ*am chéen mou-uh-i tou*

2000 is **năm hai nghìn** *nam hy ngìn*

2016 is **năm hai nghìn không trăm mười sáu**
*nam hy ngìn khawngm j*ʳ*am mou-ùh-i shrów*

The 12 months of the year in Vietnamese are:

16 January **tháng một** *táng mạwt*

17 February **tháng hai** *táng hy*

18 March **tháng ba** *táng bah*

19 April **tháng tư** *táng tou*

20 May **tháng năm** *táng nam*

21 June **tháng sáu** *táng sh*ʳ*ów*

22 July **tháng bảy** *táng bỷ*

23 August **tháng tám** *táng tám*

24 September **tháng chín** *táng chéen*

25 October **tháng mười** *táng mou-ùh-i*

26 November **tháng mười một** *táng mou-ùh-i mạwt*

27 December **tháng mười hai** *táng mou-ùh-i hy*

Dates are expressed as the date plus **ngày** *ngỳ* (which means "day") plus the number for the date and the name of the month. For example:

January 16   **ngày 16 tháng một** *ngỳ mou-ùh-i sh*ʳ*ów táng mạwt*

July 26   **ngày 26 tháng bảy** *ngỳ hy sh*ʳ*ów táng bỷ*

September 2   **ngày mùng 2 tháng chín** *ngỳ mòongm hy táng chéen*

October 24   **ngày 24 tháng mười** *ngỳ hy tou táng mou-ùh-i*

December 21   **ngày 21 tháng mười hai** *ngỳ hy mou-uh-i mạwt táng mou-ùh-i hy*

Mồng (*màwngm*) or **mùng** (*mòongm*) is added to the number representing the date from the first through the tenth day of the month.

49 **Sinh nhật của bạn là ngày nào?**
*Sh*ʳ*inh n-yụt kỏo-aw bạn lài ngỳ nòw?*
When is your birthday?

50 **Sinh nhật của tôi là ngày 31 tháng một.**
*Sh*ʳ*inh n-yụt kỏo-aw toy lài ngỳ bah máwt táng mạwt.*
My birthday is on January 31.

Additional Vocabulary

28 **năm ngoái**
nam ng-wý
last year

29 **năm kia**
nam kee-uh
the year before

30 **năm nay**
nam ny
this year

31 **tuần**
t-wùn
week

32 **tuổi**
t-wảy
years (of age)

33 **năm nhuận**
nam n-yoo-ụn
leap year

34 **ngày**
ngỳ
day of a month

35 **thập niên**
tụp n-yen
decade (10 years)

36 **thế kỉ**
téh kẻe
century (100 years)

37 **thiên niên kỉ**
t-yen n-yen kẻe
millennium (1000 years)

38 **tuần trước**
*t-wùn j*ʳ*ou-úk*
last week

39 **tháng trước**
*táng j*ʳ*ou-úk*
last month

40 **tuần sau**
*t-wùn sh*ʳ*ow*
next week

41 **tháng sau**
*táng sh*ʳ*ow*
next month

43 **sang năm; năm tới**
*sh*ʳ*ang nam; nam túh-i*
next year

44 **năm sau nữa**
*nam sh*ʳ*ow nõu-uh*
the year after next

42 **nhật kí**
n-yụt kée
diary

Bốn mùa trong một năm

Báwn mòo-aw jʳongm mạwt nam

17 | The seasons of the year

1 mùa xuân
mòo-aw s-wun
spring

2 mùa hè
mòo-aw hèh
summer

3 mùa thu
mòo-aw too
autumn; fall

4 mùa đông
mòo-aw dawngm
winter

7 hoa đào
h-wah dòw
peach blossoms

5 ấm áp
úm áp
warm

6 gió nhẹ
zó n-yẹh
a gentle breeze

8 hoa nở
h-wah nủh
to blossom

9 mưa nhỏ
mou-uh n-yỏ
to drizzle

10 dù che nắng
zòo cheh náng
parasol

11 nghịch nước
ngịk nou-úk
water play

12 đắp người tuyết
dáp ngou-ùh-i too-yét
to make a snowman

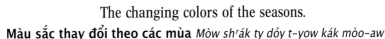

The changing colors of the seasons.
Màu sắc thay đổi theo các mùa *Mòw shʳák ty dỏy t-yow kák mòo-aw*

mùa xuân	**mùa hè**	**mùa thu**	**mùa đông**
mòo-aw s-wun	*mòo-aw hèh*	*mòo-aw too*	*mòo-aw dawngm-*
spring blossoms	summer greenery	autumn foliage	winter snow

13 thu hoạch
too h-wạk
to harvest

14 quạt xếp
k-wạt sép
fan

15 chơi ném tuyết
chuh-i ném too-yét
snowball fights

16 kem chống nắng
kem cháwngm náng
sunblock lotion

17 mùa màng
mòo-aw màng
crops

Additional Vocabulary

18 bốn mùa
báwn mòo-aw
four seasons

19 thực ra
tọuk zʳah
actually

20 Tôi thích ra bãi biển và chơi ở ngoài trời.
Toy tík zʳah bỹ b-yẻn vàh chuh-i ủh ng-wỳ jʳùh-i.
I like to go to the beach and play outdoors.

21 Một năm có mấy mùa?
Mạwt nam kó máy mòo-aw?
How many seasons are there in a year?

22 Một năm có 4 mùa.
Mạwt nam kó báwn mòo-aw.
There are four seasons in a year.

23 Bạn thích mùa nào nhất?
Bạn tík mòo-aw nòw n-yút?
Which season do you like best?

24 Tôi thích mùa đông nhất.
Toy tík mòo-aw dawngm n-yút.
My favorite season is summer.

Ngày lễ kỷ niệm
Ngỳ lẽh kẻe n-yụm

18 Celebrating the holidays

1 **ngày lễ**
ngỳ lẽh
festival; holiday

2 **Tết dương lịch**
Tết zou-ung lịk
New Year's Day

3 **pháo hoa**
fów h-wah
fireworks

4 **Giao thừa**
Zow tòu-uh
Vietnamese New
Year's Eve

5 **Tết Nguyên Đán; Tết**
Tết Ngoo-yen Dán; Tết
Vietnamese Lunar
New Year

6 **Tết Trung thu**
Tết Jʳoongm too
Mid-Autumn
festival

7 **bánh nướng bánh dẻo**
býnh nou-úng býnh z-yỏ
mooncakes

10 **Lễ Phật Đản**
Lẽh Fụt Dản
Buddha's Birthday

11 **Giỗ tổ Hùng Vương**
Zãw Tảw Hòongm Vou-ung
Hung King Festival

8 **Tiết Thanh Minh**
T-yét Tynh Minh
Qingming Festival

9 **Lễ Vu Lan; Tết Trung Nguyên**
Lẽh Voo Lan; Tết Jʳoongm Ngoo-yen
Wandering Souls' Day

12 **Ông Táo Về Trời**
Awngm Tów Vèh Jʳùh-i
Kitchen God Festival

13 **Lễ hội ở Hội An**
Lẽh họy ủh Họy An
Hoi An Festivals

14 Lễ tình nhân
Lễh tình n-yun
Valentine's Day

24 sinh nhật
sʰrinh n-yụt
birthday

25 tham gia ăn mừng sinh nhật
tam zah an mòung sʰrinh n-yụt
attend a birthday party

26 nghỉ hè
ngẻe hèh
summer vacation

30 Chúc mừng sinh nhật!
Chóok mòung sʰrinh n-yụt!
Happy birthday!

27 nghỉ đông
ngẻe dawngm
winter vacation

28 các ngày nghỉ của học sinh
kák ngỳ ngỉ kỏo-aw họkp sʰrinh
school holidays

29 lễ kỉ niệm
lễh kẻe n-yụm
anniversary

15 sô cô la
sʰraw kaw lah
chocolates

16 hoa hồng
h-wah hàwngm
roses

21 quà
k-wàh
gift

17 Lễ tạ ơn
Lễh tạh un
Thanksgiving

18 Lễ hội Halloween
Lễh họy Hah law yoon
Halloween

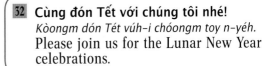

31 Chúc mừng Giáng sinh!
Chóok mòung Záng sʰrinh!
Merry Christmas!

22 Giáng sinh
Záng sʰrinh
Christmas

23 Ông già Nô en
Awngm zàh Naw en
Santa Claus

19 Lễ Phục sinh
Lễh Fọok sʰrinh
Easter

20 Ngày Quốc khánh
Ngỳ K-wáwk khýnh
Independence Day

32 Cùng đón Tết với chúng tôi nhé!
Kòongm dón Tết vúh-i chóongm toy n-yéh.
Please join us for the Lunar New Year celebrations.

Tôi thích học
Toy tík họkp

19 | I love to learn

1 kiểm tra; thi
k-yủm j'ah; tee
exams

2 trắc nghiệm
j'ák ng-yụm
test

3 đọc
dọkp
reading

4 học tập
họkp tụp
to learn; to study

5 toán học
t-wán họkp
mathematics

6 thể dục
tẻh zọokp
physical education

7 trả lời
j'ảh lùh–i
to answer

8 sách
sh'ák
books

9 tin tức
teen tóuk
the news

10 báo chí
bów chée
newspaper

11 tạp chí
tạp chée
magazine

13 thư
tou
letter

12 từ điển
tòu d–yẻn
dictionary

15 **bút; viết**
bóot; v-yét
pen

16 **cục tẩy; cục gôm**
kọok tảy; kọok gawm
eraser

17 **bút dạ**
bóot zạh
marker pen

18 **cái gọt bút chì**
ký gọt bóot chèe
pencil sharpener

19 **thước**
tou-úk
ruler

14 **sổ tay**
shᵇảw ty
notebook

20 **bút màu đánh dấu**
bóot mòw dýnh zóh
highlighter

21 **bút chì**
bóot chèe
pencil

22 **kéo**
k-yów
scissors

Additional Vocabulary

23 **lớp**
lúp
grade; class

24 **hiểu**
h-yỏh
to understand

25 **luyện; tập**
loo-yẹn; tụp
to practice

26 **ôn tập**
awn tụp
to review

27 **văn học**
van họkp
literature

28 **lịch sử**
lịk shᵇủu
history

29 **từ**
tòu
words

30 **bài tập**
bỳ tụp
assignment

31 **yêu**
yoh
love

32 **hình học**
hình họkp
geometry

33 **khoa học**
kh-wah họkp
science

34 **đại số**
dỵ shᵇảw
algebra

35 **vật lí**
vụt lée
physics

36 **hoá học**
h-wáh họkp
chemistry

37 **sinh học**
shᵇinh họkp
biology

38 **địa lí**
d-yụh lée
geography

39 **nghiêm túc**
ng-yum tóok
serious

40 **trình độ**
jᵇình dạw
level (of achievement)

41 **nâng cao**
nung kow
to improve

42 **hàng đầu**
hàng dòh
top; extreme

43 **tác dụng**
ták zọong
purpose

44 **kinh tế học**
kinh téh họkp
economics

45 **bài tập về nhà**
bỳ tụp vèh n-yàh
homework

46 **xã hội học**
sãh họy họkp
sociology

49 **hiểu biết; tìm hiểu**
h-yỏh b-yét; tèem h-yỏh
to understand

50 **các môn khoa học xã hội**
kák mawn kh-wah họkp sãh họy
social studies

51 **phép tính vi phân và tích phân**
fép tính vee f-un vàh tík f-un
calculus

52 **tài năng; khả năng**
tỳ nang; khảh nang
talent; ability

47 **vấn đề**
vún dèh
a question; problem

48 **câu chuyện**
koh choo-yẹn
story

53 **Tôi thích đọc sách.**
Toy tík dọkp shᵇák.
I love books!

54 **Bạn thích nhất môn học nào?**
Bạn tík n-yút mawn họkp nòw?
What is your favorite subject?

55 **Tôi thích văn học và lịch sử.**
Toy tík van họkp vàh lịk shᵇủu.
I like literature and history.

Ở trường
Ủh jʳou-ùng

At school

1 **bảng trắng**
bảng jʳáng
whiteboard

2 **bảng đen**
bảng den
blackboard

3 **thư viện**
tou v-yẹn
library

4 **lớp học**
lúp họkp
classroom

5 **dạy**
zỵ
to teach

6 **giáo viên**
zów v-yen
teacher

7 **máy photocopy**
mý faw taw kóp pee
photocopier

9 **giơ tay**
zuh ty
raise your hand

12 **khoa học**
kh-wah họkp
science

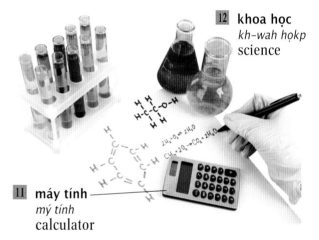

11 **máy tính**
mý tính
calculator

8 **photocopy**
faw taw kóp pee
to photocopy

10 **giáo sư**
zów shʳou
professor

46 **Bạn có cần tôi giúp làm bài tập không?**
Bạn kó kùn toy zóop làm bỳ tụp khawngm?
Do you need help with your assignment?

13 **bạn cùng lớp**
bạn kòongm lúp
classmates

14 **giảng đường**
zảng dou-ùng
lecture hall

15 **trường học**
jʳou-ùng họkp
school

16 **hiệu trưởng**
h-yọh jʳou-ủng
principal

17 **cô giáo**
kaw zów
teacher (female)

18 **thày giáo**
tỳ zów
teacher (male)

19 **giảng đường lớn**
zảng dou-ùng lún
auditorium

20 **phòng máy vi tính**
fòngm mý vee tính
computer lab

21 **phòng thí nghiệm**
fòngm tée ng-yụm
laboratory

22 **bảng chữ cái**
bảng chõu ký
alphabet

23 **điểm**
d-yủm
grades

24 **thông minh**
tawngm minh
intelligent; clever

25 **sách giáo khoa**
shʳák zów kh-wah
textbook

26 **trường tư**
jʳou-ùng tou
private school

27 **trường công**
jʳou-ùng kawngm
public school

28 **trường mầm non**
jʳou-ùng mùm non
nursery school

29 **lớp học buổi tối**
lúp họkp b-wảy tóy
night class

30 **chủ đề**
chỏo dèh
topic

31 **tốt nghiệp**
táwt ng-yụp
to graduate

32 **chuyên về**
choo-yen vèh
to major

33 **trường tiểu học; trường cấp 1**
jʳou-ùng t-yỏh họkp; jʳou-ùng kúp mạwt
elementary school

34 **trường trung học cơ sở; trường cấp 2**
jʳou-ùng jʳoongm họkp kuh shʳủh; jʳou-ùng kúp hy
middle school

35 **trường trung học phổ thông; trường cấp 3**
jʳou-ùng jʳoongm họkp fảw tawngm; jʳou-ùng kúp bah
senior high school

36 **đại học năm thứ nhất**
dỵ họkp nam tóu n-yút
freshman year in college

37 **đại học năm thứ hai**
dỵ họkp nam tóu hy
sophomore year in college

38 **đại học năm thứ ba**
dỵ họkp nam tóu bah
junior year in college

39 **đại học năm thứ tư**
dỵ họkp nam tóu tou
senior year in college

40 **đại học**
dỵ họkp
university; college

41 **Bạn học năm thứ mấy rồi?**
Bạn họkp nam tóu máy zʳòy?
What year are you?

42 **Tôi là sinh viên năm thứ hai.**
Toy lài shʳinh v-yen nam tóu hy.
I'm a sophomore in college.

43 **Chuyên ngành của bạn là gì?**
Choo-yen ngỳnh kỏo-aw bạn lài zèe?
What is your major?

44 **Tôi chuyên về toán.**
Toy choo-yen vèh t-wán.
I'm majoring in math.

45 **Bạn chắc là giỏi lắm.**
Bạn chák lài zỏ-i lám.
You must be very smart!

21

Học tiếng Việt
Họkp t–yúng V–yẹt
Learning Vietnamese

1 **Nói tiếng Việt không khó lắm.**
Nó–i t–yúng V–yẹt khawngm khó lám.
Vietnamese is not a difficult language to speak.

The six main tones in Vietnamese are:

1. ma "ghost" (mid-level tone)
   Thanh ngang; thanh không
   Tynh ngang, tynh khawngm

2. mà (`) "but" (low-falling tone)
   Thanh huyền
   Tynh hoo–yèn

3. má (´) "mother" (high-rising tone)
   Thanh sắc
   Tynh shʳák

4. mả (ˀ) "grave" (low-falling-rising tone)
   Thanh hỏi
   Tynh hỏ–i

5. mã (˜) "horse" (high-rising broken tone)
   Thanh ngã
   Tynh ngãh

6. mạ (ˌ) "rice seedling" (low-falling broken tone)
   Thanh nặng
   Tynh nạng

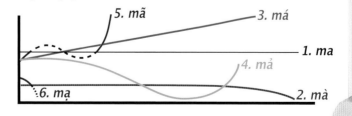

2 **Nhưng cần dành thời gian để học 6 thanh điệu.**
N–young kùn zỳnh tùh–i zan dẻh họkp shʳów týnh d–yọh.
But it takes time to learn the six tones.

6 **từ vựng**
tòu vọung
vocabulary

7 **thanh điệu**
tynh d-yọh
tones

8 **tiếng Việt**
t-yúng V-yẹt
Vietnamese
(language)

9 **khẩu ngữ**
khỏh ngõu
spoken language

10 **thành ngữ**
tỳnh ngõu
idiom

11 **câu**
koh
sentence

12 **thơ**
tuh
poem; poetry

13 **truyện ngắn**
jʳoo-yẹn ngán
short story

14 **tiểu thuyết**
t-yỏh too-yét
novel

15 **văn hoá**
van h-wáh
culture

16 **ngữ pháp**
ngõu fáp
grammar

17 **dịch**
zịk
translate

18 **ngôn ngữ học**
ngawn ngõu họkp
linguistics

19 **bài học**
bỳ họkp
lesson

20 **khoá học**
kh-wáh họkp
course

21 **bài tập**
bỳ tụp
assignment

22 **vở bài tập**
vủh bỳ tụp
exercise book

23 **đơn giản**
dun zản
simple

24 **phức tạp**
fóuk tạp
complex

25 **hiểu**
h-yỏh
to understand

26 **dễ**
zễh
easy

27 **khó**
khó
hard; difficult

28 **luyện tập**
loo-yẹn tụp
to practice

29 **nỗ lực**
nãw lọuk
to strive

30 **chuẩn bị**
ch-wủn bị
to prepare

31 **học tập**
họkp tụp
to learn

32 **từ**
tòu
words

33 **ý nghĩa**
ée ngĩ-uh
meanings

3 **phiếu ghi từ**
f-yóh gee tòu
flashcards

4 **bảng chữ cái tiếng Việt**
bảng chõu ký t-yúng V-yẹt
Vietnamese alphabet

5 **thư pháp**
tou fáp
calligraphy

Loại từ
L-wỵ tòu

22 | Counting words
Also known as "measure words"

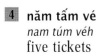

1 hai gói đường
hy gó-i dou-ùng
two packets of sugar

2 ba quyển sách; ba cuốn sách
bah kw-yẻn shʳák; bah k-wún shʳák
three books

3 một đôi giày
mạwt doy zỳ
one pair of shoes

4 năm tấm vé
nam túm véh
five tickets

5 tám bộ quần áo
tám bạw k-wùn ów
eight pieces of clothing

6 một bát canh; một tô canh
mạwt bát kynh; mạwt taw kynh
one bowl of soup

8 một chiếc ghế
mạwt ch-yék géh
one chair

7 ba cái ô tô; ba cái xe hơi
bah ký aw taw; bah ký seh huh-i
three cars

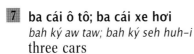

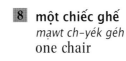

11 **khu nhà bốn tầng**
khoo n-yàh báwn tùng
four-story building

9 **một nhóm người**
mạwt n-yóm ngou-ùh-i
a group of people

10 **sáu người**
shʳów ngou-ùh-i
six people

12 **hai chén trà; hai li trà**
hy chén jʳàh; hy lee jʳàh
two cups of tea

Counting words or measure words are used to quantify things, just as in English when we say "three <u>sheets</u> of paper" or "two <u>cups</u> of coffee."

Some common measure words in Vietnamese are listed below.

MEASURE WORDS	MAIN USES	EXAMPLES
gói *gó-i*	Packets, packages, bundles	**13** **một gói bánh** *mạwt gó-i býnh* a packet of cookies
quyển; cuốn *kw-yển; k-wún*	Books, periodicals, files, etc	**14** **một quyển từ điển** *mạwt kw-yển tòu d-yển* a dictionary
đôi *doy*	Objects that come in pairs	**15** **hai đôi tất** *hai doy tút* two pairs of socks
chiếc; cái *ch-yék; ký*	General objects	**16** **ba chiếc va li** *bah ch-yék vah lee* three suitcases
bức; tấm; tờ *bóuk; túm; tùh*	Flat objects, sheets	**17** **bốn bức ảnh** *báwn bóuk ẻye-nh* four photographs
bát; tô *bát; taw*	Food served in bowl (e.g., rice, soup, noodles, etc.)	**18** **năm bát cơm** *nam bát kum* five bowls of rice
tờ *tùh*	sheet-like objects (e.g., papers and newspapers)	**19** **sáu tờ báo** *shʳów tùh bów* six newspapers
chuyến *choo-yén*	Groups of people, scheduled transport	**20** **một chuyến bay** *mạwt choo-yén by* a flight

Máy vi tính và mạng Internet

Mý vee tính vàh mạng in tuh nét

23 | Computers and the Internet

1 **máy vi tính**
mý vee tính
computers

2 **màn hình**
màn hình
screen

3 **máy tính bảng**
mý tính bảng
tablet

44 Ở Việt Nam lên mạng rất dễ dàng.
Ủh V-yẹt Nam len mạng zʳút zẽh zàng.
It is easy to get online in Vietnam.

4 **máy tính bàn**
mý tính bàn
desktop computer

5 **bàn phím**
bàn féem
keyboard

6 **máy tính xách tay**
mý tính sák ty
laptop

9 **chuột máy tính**
ch-wụt mý tính
mouse

7 **trò chơi điện tử**
jʳò chuh-i d-yẹn tỏu
video game

8 **đệm để chuột máy tính**
dẹm dẻh ch-wụt mý tính
mousepad

10 **quét scan**
k-wét "scan"
to scan

11 **CD/DVD**
see dee/dee vee dee
CD/DVD

12 **ổ USB**
ảw yoo és bee
USB flash drive

13 **ổ cắm**
ảw kám
ports

14 **thư điện tử**
tou d-yẹn tỏu
email

15 đăng nhập
dang n-yụp
to sign in

16 mật khẩu
mụt khỏh
password

17 trang mạng
jʳang mạng
website

18 phần mềm
f-ùn mèm
software

19 thiết kế trang mạng
t-yét kéh jʳang mạng
web design

20 địa chỉ trang mạng
d-yụh chẻe jʳang mạng
web address/URL

21 chương trình
chou-ung jʳình
application (computer program)

22 truy cập Internet
jʳ-wee kụp in tuh nét
Internet access

23 virus
vee róot
virus

24 file
fy
file

25 kết nối
két nóy
networking

26 trang mạng
jʳang mạng
web page

27 nhấn chuột
n-yún ch-wụt
to click

28 tải xuống
tỷ s-wáwng
to download

29 lên mạng
len mạng
to go online

30 đang trên mạng
dang jʳen mạng
online

31 phòng chat
fòngm chát
chat room

32 thẻ mạng
tẻh mạng
network card

33 blog
blo(g)
blog

34 trình duyệt
jʳình zoo-yẹt
browser

35 tìm kiếm trên mạng
tèem k-yúm jʳen mạng
online search

36 wifi
wy fy
wifi

37 mạng cáp
mạng káp
cable network

38 vô cùng
vaw kòongm
extraordinary

39 đang chat trên mạng
dang chát jʳen mạng
to chat online

40 an ninh mạng
an ninh mạng
network security

41 gửi thư điện tử
gỏu-i tou d-yẹn tỏu
to send email

42 hệ điều hành
hẹh d-yòh hỳnh
operating system

43 đa phương tiện
dah fou-ung t-yẹn
multimedia

45 Sở thích của tôi là chơi game trên mạng.
Shʳủh tík kỏo-aw toy lài chuh-i g-em jʳen mạng.
My hobby is online gaming.

46 Chúng mình lên mạng nói chuyện/chat đi.
Chóongm mình len mạng nó-i choo-yẹn/chát dee.
Let's chat online.

47 Bạn dùng chương trình gì? Mình dùng viber.
Bạn zòongm chou-ung jʳình zèe? Mình zòongm vy buh.
What app do you use? I use Viber.

48 Được rồi, bây giờ tôi sẽ dùng máy tính gửi tài liệu cho bạn.
Dou-ụk zʳòy, bay zùh toy shʳẽh zòongm mý tính gỏu-i tỳ l-yọh cho bạn.
Okay, I'm now sending you the documents via computer.

Tôi thích điện thoại thông minh!

Toy tík d-yẹn twỵ tawngm minh!

24

I love my smartphone!

1 điện thoại thông minh
d-yẹn twỵ tawngm minh
smartphone

2 mua hàng trên mạng
moo-aw hàng j'en mạng
online shopping

3 quán cà phê Internet
k-wán kàh fe In tuh nét
Internet cafes

4 mạng Twitter
mạng T-wít tuh
Twitter

5 Viber
Vy buh
Viber

6 điện thoại Android
d-yẹn twỵ An duh royd
Android phones

7 điện thoại iPhone
d-yẹn twỵ Eye fawn
Apple phones
(iPhones)

8 điện thoại di động
d-yẹn twỵ zee dạwng
mobile phone

9 gọi điện thoại
gọ-i d-yẹn twỵ
to make a
phone call

10 nghe điện thoại
ngeh d-yẹn twỵ
to receive a
phone call

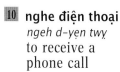

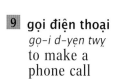

Additional Vocabulary

24 số điện thoại
sh'áw d-yẹn twỵ
telephone number

25 mạng Internet
mạng In tuh nét
network; Internet

26 nhắn tin
n-yán teen
texting

27 thẻ điện thoại
tẻh d-yẹn twỵ
phone cards

28 mã số vùng
mãh sh'áw vòongm
area code

29 thẻ SIM điện thoại
tẻh sh'eem d-yẹn twỵ
SIM card

30 ngôn ngữ trên mạng
ngawn ngõu j'en mạng
Internet language

31 bộ sạc điện thoại
bạw sh'ạk d-yẹn twỵ
phone charger

32 điện thoại đường dài
d-yẹn twỵ dou-ùng zỳ
long distance call

33 tiếng lóng trên mạng
t-yúng lóngm j'en mạng
Internet slang

34 mã số của một nước
mãh sh'áw kỏo-aw mạwt nou-úk
country code

11 sóng (điện thoại; wifi) mạnh
shʳóngm (d-yẹn twỵ; wy fy) mỵnh
strong signal

12 sóng (điện thoại; wifi) yếu
shʳongm (d-yẹn twỵ; wy fy) yóh
weak signal

Some common telephone phrases:

35 A lô, tôi là … (name)
Ah law, toy làh …
Hello? / This is (name).

36 Xin hỏi (name) có ở đấy không?
Seen hỏ-i … kó ủh dáy khawngm?
May I speak to (name)?

37 Xin chị ấy/anh ấy gọi lại cho tôi.
Seen chị áy/eye-nh áy gọ-i lỵ cho toy.
Please ask him/her to return my call.

38 Xin lỗi, bạn gọi nhầm số rồi.
Seen lõy, bạn gọ-i n-yùm shʳáw zʳòy.
Sorry, you dialed the wrong number.

39 Xin đợi một lát.
Seen dụh-i mạwt lát.
Please wait a moment.

40 Xin nhắn lại.
Seen n-yán lỵ.
Please leave a message.

41 Ai gọi đến đấy ạ?
Eye gọ-i dén dáy ạh?
Who's calling, please?

13 bạn trên mạng
bạn jʳen mạng
online friends

14 Vinaphone
Vee nah fawn
Vinaphone

15 Facebook
Fay bóok
Facebook

17 Google
Goo gảw
Google

18 tự chụp ảnh
tọu chọop ẻye-nh
selfie

19 tự chụp ảnh cả nhóm
tọu chọop ẻye-nh kảh n-yóm
wefie

16 Mobifone
Maw bee fawn
Mobifone

20 FPT
Ép pee tee
FPT

21 Viettel
V-yẹt t-yow
Viettel

22 Công ty Apple
Kawngm tee Eh pảw
Apple

23 Microsoft
My k-raw sáwp
Microsoft

Công việc
Kawngm v–yẹk

25 At work

9 kiến trúc sư
k–yén jʳóok shʳou
architect

1 luật sư
l–wụt shʳou
lawyer

2 thẩm phán
tủm fán
judge

10 nhân viên tổng đài
n–yun v–yen tảwngm dỷ
telephone operator

3 chuyên gia tài chính
choo–yen zah tỳ chính
financier

4 kĩ sư
kẽe shʳou
engineer

11 lính cứu hỏa
lính kou–óo h–wảh
firefighter

5 kế toán
kéh t–wán
accountant

6 dược sĩ
zou–ụk shʳẽe
pharmacist

12 văn phòng
van fòngm
office

13 thư kí
tou kée
secretary

7 hoạ sĩ
h–wạh shʳẽe
artist

8 nhạc sĩ
n–yạk shʳẽe
musician

14 giám đốc
zám dáwk
manager

15 đầu bếp	**16 nhiếp ảnh gia**	**17 phi công**	**18 nha sĩ**
dòh bép	*n-yúp ẻye-nh zah*	*fee kawngm*	*n-yah sh^rẽe*
chef	photographer	pilot	dentist

19 nông dân
nawngm zun
farmer

Additional Vocabulary

20 công ti
kawngm tee
company

21 doanh nhân
z-wynh n-yun
entrepreneur

22 kiểm tra
k-yủm j^rah
to inspect

23 phương pháp
fou-ung fáp
method

24 cơ hội
kuh họy
opportunity

25 nhân viên
n-yun v-yen
employee

26 học nghề
họkp ngèh
apprentice

27 thực tập
tọuk tụp
to intern

28 chức vụ
chóuk vọo
position

29 đi làm
dee làm
going to work

30 làm việc theo ca
làm v-yẹk t-yow kah
shift work

31 làm thêm giờ
làm tem zùh
to work overtime

32 đồng nghiệp
dàwngm ng-yụp
colleague

33 công việc
kawngm v-yẹk
work

---

34 **Bạn làm việc ở đâu? Tôi làm việc ở bệnh viện.**
Bạn làm v-yẹk ủh doh? Toy làm v-yẹk ủh bệnh v-yẹn.
Where do you work? I work in a hospital.

35 **Tôi đang được đào tạo để trở thành bác sĩ.**
Toy dang dou-ụk dòw tọw dẻh j^rủh tỳnh bák sh^rẽe.
I'm training to be a doctor.

36 **Sáng nào tôi cũng đi làm lúc 8 giờ 45.**
Sh^ráng nòw toy kõong dee làm lóok tám zùh báwn mou-uh-i lam.
I go to work at 8:45 a.m. every morning.

59

Âm nhạc và khiêu vũ
26
Um n-yạk vầh kh-yoh võo

Music and dance

1 **đàn ghi ta**
dàn gee tah
guitar

2 **đàn tì bà**
dàn tèe bàh
pipa

3 **đàn vi ô lông**
dàn vee aw lawngm
violin

4 **đàn nhị**
dàn n-yị
Chinese
2-string fiddle

5 **khiêu vũ; nhảy múa**
kh-yoh võo; n-y-ẻye móo-aw
to dance

6 **trống**
jʳáwngm
drums

7 **đàn tranh**
dàn jʳynh
Vietnamese zither

8 **kèn trum pet**
kèn jʳoom pét
trumpet

9 **đàn pi a nô**
dàn pee ah naw
piano

10 **sáo**
shʳów
flute

11 karaoke
kah rah aw keh
karaoke

12 ca hát
kah hát
to sing

13 buổi hòa nhạc
b-wảy h-wàh n-yạk
concert

14 khán giả
khán zảh
audience

Additional Vocabulary

17 âm nhạc
um n-yạk
music

18 múa
móo-aw
dance
(performance art)

19 biểu diễn
b-yỏh z-yẽn
to perform

20 tiết mục
t-yét mọok
program

21 nhạc pop
n-yạk póp
pop music

22 tai nghe
ty ngeh
earphones

23 trình diễn
j'ình z-yẽn
to perform
(on a musical
instrument)

24 ca sĩ
kah sh'ẽe
singer

25 diễn viên
z-yẽn v-yen
actor; actress

26 sở thích
sh'ủh tík
hobby

27 nổi tiếng
nỏy t-yúng
famous

28 thể hiện
tẻh h-yẹn
to express

29 thưởng thức
tỏu-ung tóuk
to appreciate; to enjoy

30 chơi một loại đàn dây
chuh-i mạwt l-wỵ dàn zay
to play a string instrument

31 ban nhạc; dàn nhạc
ban n-yạk; zàn n-yạk
band; orchestra

15 đàn cello; đàn hồ cầm
dàn seh law; dàn hàw kùm
cello

32 Bạn có biết chơi ghi ta không?
Bạn kó b-yét chuh-i gee tah khawngm?
Can you play the guitar?

16 ban nhạc pop
ban n-yạk póp
pop group

33 Bạn thích loại nhạc nào?
Bạn tík l-wỵ n-yạk nòw?
What kind of music do you like?

Khám bệnh
Khám bệnh

27 | Seeing a doctor

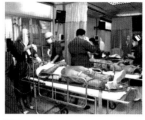

3 y tá
ee táh
nurse

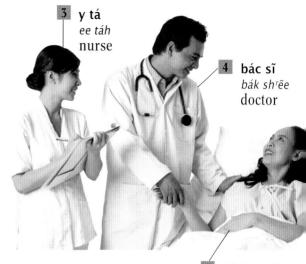

4 bác sĩ
bák sh'ẽe
doctor

5 bệnh nhân
bẹnh n-yun
patient

1 bệnh viện
bẹnh v-yẹn
hospital

2 phòng cấp cứu
fòngm kúp kou-óo
emergency room

6 xét nghiệm máu
sét ng-yụm mów
blood test

7 xét nghiệm
sét ng-yụm
laboratory test

8 huyết áp
hoo-yét áp
blood pressure

12 bị sốt
bị sh'áwt
fever

9 bị cảm
bị kảm
to catch a cold

10 bị ho
bị ho
to cough

11 bị ốm; bị bệnh
bị áwm; bị bẹnh
to fall sick

13 uống thuốc
wáwngm t-wáwk
to take
medicine

14 thuốc
t-wáwk
medicine

15 thuốc viên
t-wáwk v-yen
pills

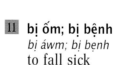

16 tiêm; chích
t-yum; chík
injection

17 phòng khám
fòngm khám
doctor's consultation
room

18 phòng chờ
fòngm chùh
waiting room

19 có hẹn
kó hẹn
appointment

20 nha khoa
n-yah kh-wah
dentistry

21 nhi khoa
n-yee kh-wah
pediatrics

22 sản phụ khoa
shʳản fọo kh-wah
gynecology

23 đau
dow
hurts

24 tai nạn
ty nạn
accident

25 vết thương
vét tou-ung
wound; cut

26 cấp cứu
kúp kóu-oo
emergency

27 khoa X quang
kh-wah iks k-wang
radiology

28 đơn thuốc
dun t-wáwk
prescription

29 khử trùng
khỏu jʳòongm
antiseptic

30 thuốc mỡ
t-wáwk mũh
ointment

31 mệt
mẹt
tired; worn out

32 phát hiện
fát h-yẹn
to discover

33 chủ yếu
chỏo yóh
main

34 quan trọng
k-wan jʳọng
important

35 hi vọng
hee vọng
hope

36 lo lắng
lo láng
anxious; worried

37 yên tâm
yen tum
to feel reassured

38 xe cấp cứu
seh kúp kóu-oo
ambulance

39 quan tâm
k-wan tum
to be concerned about

40 nội khoa
nọy kh-wah
general medicine

41 ngoại khoa
ng-wỵ kh-wah
general surgery

42 khoa mắt
kh-wah mát
ophthalmology

43 khoa da liễu
kh-wah zah l-yõh
dermatology

44 khoa nội thần kinh
kh-wah nọy tùn kinh
neurology

45 khoa ung bướu
kh-wah oongm bou-óh
oncology

46 khoa tai mũi họng
kh-wah ty m-wẽe họng
ear, nose, and throat

47 khoa vật lí trị liệu; phục hồi chức năng
kh-wah vụt lée jʳị l-yọh; fọok hòy chóuk nang
physiotherapy

48 hộp thuốc cấp cứu
hạwp t-wáwk kúp kóu-oo
first aid kit

49 băng gạc
bang gạk
bandage

50 Bạn bị làm sao?
Bạn bị làm shʳow?
What is wrong?

51 Tôi bị sốt và đau họng.
Toy bị shʳáwt vàh doh họng.
I have a fever and a sore throat.

52 Tôi thấy không khỏe lắm.
Toy táy khawngm kh-wẻh lám.
I am not feeling well.

53 Tôi phải đi khám bác sĩ.
Toy fỷ dee khám bák shʳẽe.
I would like to see a doctor.

54 Bạn có hẹn trước không?
Bạn kó hẹn jʳou-úk khawngm?
Do you have an appointment?

Bảo vệ môi trường của chúng ta

Bòw vẹh maw-i jʳou-ùng kỏo-aw chóongm tah

28 | Protecting our environment

1 **vườn hoa**
vou-ùn h-wah
garden

2 **hoa**
h-wah
flower

6 **ô tô điện**
aw taw d-yẹn
electric car

3 **công viên**
kawngm v-yen
park

4 **ô nhiễm**
aw n-yũm
pollution

5 **cỏ**
kỏ
grass

7 **biển**
b-yẻn
ocean

8 **sông**
shʳawngm
river

9 **năng lượng mặt trời**
nang lou-ụng mạt jʳùh-i
solar energy

10 **yên tĩnh**
yen tĩnh
quiet

42 **Không khí ở đây thật trong lành!**
Khawngm khée ủh day tụt jʳongm lỳnh!
The air here is really fresh!

12 **năng lượng gió tự nhiên**
nang lou-ụng zó tọu n-yen
wind power

11 **không khí**
khawngm khée
air

13 rừng
z'òung
forest

14 cây
kay
tree

15 khí đốt tự nhiên
khée dáwt tọu n-yen
natural gas

16 năng lượng hạt nhân
nang lou-ụng hạt n-yun
nuclear energy

Additional Vocabulary

17 sạch sẽ
sh'rạk sh'rẽh
clean (adj)

18 trồng cây
j'ràwngm kay
plant

19 tái chế
tý chéh
recycling

20 xăng dầu
sang zòh
oil

21 than
tan
coal

22 chỉ số
chẻe sh'ráw
index

23 nước
nou-úk
water

24 làm sạch
làm sh'rạk
clean (verb)

25 thay đổi
ty dỏy
changes

26 bởi
bủh-i
by

27 vì
vèe
because of

28 nếu
néh-oo
if

29 xong
songm
complete

30 hoàn thành
h-wỳn tỳnh
to accomplish

31 ảnh hưởng
ẻye-nh hỏu-ung
to affect

32 nhưng
n-young
but; however

33 tất nhiên
tút n-yen
of course

34 mặc dù
mạk zòo
although

35 cho nên
cho nen
as a result of

36 môi trường
moy j'ròung
environment

37 trái đất
j'ý dút
earth; ground

38 năng lượng sạch
nang lou-ụng sh'rạk
clean energy

39 khẩu trang; mặt nạ
khỏh j'rang; mạt nạh
mask

40 nhằm mục đích
n-yàm mọok dík
for the purpose of

41 chất lượng không khí
chút lou-ụng khawngm khée
air quality

43 Bạn có phân loại rác tái chế không?
Bạn kó f-un l-wỵ z'rák tý chéh khawngm?
Do you recycle?

44 Tôi phân loại thủy tinh, giấy và nhựa.
Toy f-un l-wỵ t-wẻe tinh, záy vàh n-yọu-uh.
I recycle glass, paper and plastic.

Thế giới động vật
Téh zúh-i dạwngm vạt

The animal kingdom

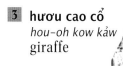

3 **hươu cao cổ**
hou-oh kow kảw
giraffe

1 **vườn bách thú; sở thú**
vou-ùn bák tóo; shʳủh tóo
zoo

2 **ngựa vằn**
ngọu-uh vàn
zebra

4 **hổ**
hảw
tiger

5 **sư tử**
shʳou tỏu
lion

6 **gấu**
góh
bear

7 **khỉ**
khẻe
monkey

8 **đười ươi**
dou-ùh-i ou-uh-i
gorilla

9 **gấu trúc**
góh jʳóok
panda

10 **khủng long**
khỏongm longm
dinosaur

11 dê
zeh
goat

12 cừu
kòu-oo
sheep

13 bò
bò
cow

Additional Vocabulary

32 thật là
tụt làh
how (wonderful)

33 sợ hãi
sh'ụh hỹ
to be afraid

14 voi
vo-i
elephant

15 ngựa
ngọu-uh
horse

16 chó sói
chó sh'ó-i
wolf

34 đáng yêu
dáng yoh
cute; adorable

35 nó
nó
it

36 rất
z'út
very; extremely

17 rắn
z'án
snake

18 công
kawngm
peacock

19 gà
gàh
chicken

20 chim
cheem
bird

37 giống nhau
záwngm n-yow
same; identical

38 giống
záwngm
to resemble

39 xuất hiện
s-wụt h-yẹn
to appear

21 chó
chó
dog

22 mèo
m-yòw
cat

23 rồng
z'àwngm
dragon

40 dám
zám
to dare

41 kì lạ
kèe lạh
strange

24 muỗi
m-wãy
mosquito

25 ruồi
z'-wày
housefly

26 ong
ongm
bee

27 bướm
bou-úm
butterfly

28 cá
káh
fish

Cùng luyện tập để khoẻ mạnh!

Kòongm loo-yẹn tụp dểh kh–wẻh mỵnh!

30 | Let's keep fit!

1 **đánh bóng bàn**	**2** **chơi bóng đá; đá bóng**
dýnh bóngm bàn	*chuh–i bóngm dáh; dáh bóngm*
table tennis	to play soccer

3 **thi đấu**
tee dóh
competition

4 **đích**
dík
finish line

5 **đánh cầu lông**
dýnh kòh lawngm
badminton

6 **tập thể thao**
tụp tểh tow
to exercise

7 **bóng chày**
bóngm chỳ
baseball

8 **bóng bầu dục**
bóngm bòh zọok
rugby

10 **chạy bộ**
chỵ bạw
running

11 **chạy cự li dài**
chỵ kọu lee zỳ
long-distance running

12 **xe đạp**
seh dạp
bicycle

9 **chạy cự li ngắn**
chỵ kọu lee ngán
sprint

13 **đi xe đạp; đạp xe**
dee seh dạp; dạp seh
to cycle

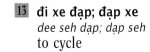

15 **đua thuyền**
doo-aw too-yèn
rowing

14 **leo núi**
l-yow n-wée
mountain
climbing

16 **bơi**
buh-i
swimming

17 **chơi golf**
chuh-i gawn
golf

18 **trượt băng**
jʳou-ụt bang
ice-skating

19 **trượt tuyết**
jʳou-ụt too-yét
skiing

Additional Vocabulary

25 **quần áo thể thao**
k-wùn ów tẻh tow
sports shirt;
sweatshirt

26 **giầy thể thao**
zʳày tẻh tow
sports shoes;
sneakers

27 **bóng**
bóngm
ball

28 **khoẻ mạnh**
kh-wẻh mỵnh
healthy

20 **bóng chuyền**
báwngm choo-yèn
volleyball

21 **đi bộ**
dee bạw
walking

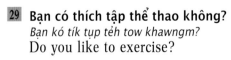

22 **tennis**
ten nít
tennis

23 **vợt đánh bóng**
vụt dýnh bóngm
racket

29 Bạn có thích tập thể thao không?
Bạn kó tík tụp tẻh tow khawngm?
Do you like to exercise?

30 Bạn chơi môn thể thao nào?
Bạn chuh-i mawn tẻh tow nòw?
What sports do you play?

31 Mình thích chạy bộ và chơi bóng rổ.
Mình tík chỵ bạw vàh chuh-i bóngm zʳảw.
I like to jog and play basketball.

24 **chơi bóng rổ**
chuh-i bóngm zʳảw
play basketball

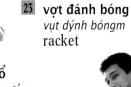

Bạn có thích đi du lịch không?
Bạn kó tík dee zoo lịk khawngm?

31 Do you like to travel?

3 hành khách
hỳnh khák
traveler

4 hành lí
hỳnh lée
luggage

5 va li
vah lee
suitcase

1 khách sạn
khák shr̥an
hotel

2 bản đồ
bản dàw
map

8 hộ chiếu
hạw ch-yóh
passport

6 hướng dẫn viên du lịch
hou-úng zũn v-yen zoo lịk
tour guide

7 điểm thu hút khách du lịch
d-yểm too hóot khák zoo lịk
tourist attraction

9 thẻ lên máy bay
tẻh len mý by
boarding pass

10 đi du lịch bằng máy bay
dee zoo lịk bàng mý by
travel by airplane

11 đi du lịch bằng tàu hỏa; xe lửa
dee zoo lịk bàng tòw h-wảh; seh lỏu-uh
travel by rail

12 đi du thuyền
dee zoo too-yèn
on a cruise

13 du lịch bằng xe buýt
zoo lịk bàng seh boo-ít
on a coach

16 ảnh; hình
ẻye-nh; hình
photograph

14 cửa hàng lưu niệm
kỏu-uh hàng lou-yoo n-yụm
souvenir shop

15 máy ảnh; máy chụp hình
mý ẻye-nh; mý chọop hình
camera

17 **du lịch**
zoo lịk
travel

18 **kì nghỉ**
kèe ngỉ
vacation

19 **vé máy bay**
véh mý by
plane ticket

20 **đặt khách sạn**
dạt khák sh'ạn
hotel reservation

21 **ngoại tệ**
ng-wỵ tẹh
currency

22 **thị thực**
tị tọuk
visa

23 **hải quan**
hỷ k-wan
customs

24 **tham quan**
tam k-wan
sightseeing

25 **bưu ảnh**
bou-yoo ẻye-nh
postcard

26 **bảo tàng**
bỏw tàng
museum

27 **lên mạng miễn phí**
len mạng m-yễn fée
free wifi

28 **bãi biển**
bỹ b-yẻn
beach

29 **sân bay**
sh'un by
airport

30 **quán ăn; tiệm ăn**
k-wán an; t-yụm an
restaurant

31 **chú ý**
chóo ée
to pay attention to

32 **nhận biết**
n-yụn b-yét
to become aware of

33 **sách hướng dẫn du lịch**
sh'ák hou-úng zũn zoo lịk
travel guidebook

34 **công ty du lịch**
kawngm tee zoo lịk
travel agency

35 **tiêm chủng; chích ngừa**
t-yum chỏongm; chík ngòu-uh
vaccination

36 **nhà nghỉ cho thanh niên**
n-yàh ngỉ cho tynh n-yen
youth hostel

37 **trung tâm thông tin du lịch**
j'oongm tum tawngm teen zoo lịk
tourist information center

38 **tượng đài kỉ niệm**
tou-ụng dỳ kẻe n-yụm
monument

39 **ga tàu hỏa; ga xe lửa**
gah tòw h-wảh; gah seh lỏu-uh
train station

40 **trung tâm du thuyền**
j'oongm tum zoo too-yèn
cruise center

41 **nhà khách; nhà trọ**
n-yàh khák; n-yàh j'ọ
guesthouse; lodge

44 **Tôi muốn mua 1 vé khứ hồi Hà Nội—Huế.**
Toy m-wún moo-aw mạwt véh khóu Hòy Hành nọy—H-wéh.
I'd like to buy a round trip ticket Hanoi–Hue.

45 **Anh ấy thích đi du lịch vòng quanh thế giới.**
Eye-nh ấy tík dee zoo lịk vòng k-wynh téh zúh-i.
He made a round-the-world trip.

46 **Tôi muốn bay một hãng hàng không để tích điểm.**
Toy m-wún by mạwt hãng hàng khawngm dẻh tík d-yủm.
I like to fly on the same airline to get mileage points.

42 **Bạn thích đi nghỉ ở đâu?**
Bạn tík dee ngỉ ủh doh?
Where do you like to go on vacation?

43 **Tôi muốn đi Nha Trang.**
Toy m-wún dee N-yah J'ang.
I like to go to Nha Trang.

Các nước trên thế giới
Kák nou-úk jᵣen téh zúh-i

32 | Countries of the world

1 Các nước Đông Nam Á
Kák nou-úk Dawngm Nam Áh
Countries in Southeast Asia

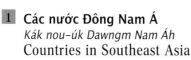

2 Thái Lan
Tý Lan
Thailand

3 Miến Điện
M-yén D-yẹn
Myanmar

4 Việt Nam
V-yẹt Nam
Vietnam

5 Phi-líp-pin
Fee Líp Pin
Philippines

6 Lào
L-òw
Laos

7 Căm-pu-chia
Kam Poo Chee Uh
Cambodia

8 Ma-lai-xi-a
Mah Ly See Ah
Malaysia

9 Bru-nây
Brᵒoo Nay
Brunei

10 Xinh-ga-po
Shᵣin Gah Po
Singapore

11 In-đô-nê-xi-a
In Daw Neh See Yah
Indonesia

12 Đông Timo
Dawngm Tee Mo
East Timor

44 Chúng tôi dự định tổ chức lễ cưới tại Việt Nam.
Chóongm toy zọu dịnh tảw chóok lẽh kou-úh-i tỵ V-yẹt Nam.
We intend to hold our wedding ceremony in Vietnam.

45 Bạn là người nước nào? Tôi là người Mỹ.
Bạn lài ngou-ừh-i nou-úk nòw? Toy lài ngou-ừh-i Mẽe.
What country are you from? I am American.

14 Nhật Bản
N-yụt Bản
Japan

15 Hàn Quốc
Hàn K-wáwk
Korea

16 Trung Quốc
J'oongm K-wáwk
China

17 Ấn Độ
Ún Dạw
India

19 Úc
Óok
Australia

13 Mỹ
Mẽe
America

18 Ý
Ée
Italy

Additional Vocabulary

20 trái đất
j'ý dút
globe

21 thế giới
téh zúh-i
world

22 Châu Phi
Choh Fee
Africa

23 Châu Á
Choh Áh
Asia

24 Châu Nam Cực
Choh Nam Kọuk
Antartica

25 Châu Úc
Choh Óok
Australia

26 Canada
Kah nah dah
Canada

27 Đan Mạch
Dan Mạk
Denmark

28 Châu Âu
Choh Oh
Europe

29 Phần Lan
F-ùn Lan
Finland

30 Đức
Dóuk
Germany

31 Anh
Eye-nh
Great Britain

32 Ai-xơ-len
Eyes Len
Iceland

33 Lúc-xăm-bua
Lóok sam boo-aw
Luxembourg

34 Hà Lan
Hành Lan
Netherlands

35 New Zealand
N-yoo Zee lun
New Zealand

36 Bắc Mỹ
Bák Mẽe
North America

37 Na Uy
Nah Yoo-ee
Norway

38 Ba Lan
Bah Lan
Poland

39 Nga
Ngah
Russia

40 Nam Mỹ
Nam Mẽe
South America

41 Thụy Điển
Tw-yị D-yển
Sweden

42 Thụy Sĩ
Tw-yị Shrẽe
Switzerland

43 Va-ti-căng
Vah ti kang
Vatican

Ngoại ngữ
Ng-wỵ ngõu

33 | Foreign languages

 Hello!

 Bonjour!

 привет

4 tiếng Đức
t-yúng Dóuk
German

Guten Tag!

1 tiếng Anh
t-yúng Eye-nh
English

2 tiếng Pháp
t-yúng Fáp
French

3 tiếng Nga
t-yúng Ngah
Russian

Ciao!

¡Hola!

5 tiếng Ý
t-yúng Ée
Italian

6 tiếng Tây Ban Nha
t-yúng Tay Ban N-yah
Spanish

Merhaba!

こんにちは

مرحبا

7 tiếng Thổ Nhĩ Kì
t-yúng Tảw N-yẽe Kèe
Turkish

8 tiếng Nhật
t-yúng N-yụt
Japanese

9 tiếng Ả Rập
t-yúng Ảh Zˈụp
Arabic

Χαίρετε

שלום

Xin chào!

10 **tiếng Hi Lạp**
t-yúng Hee Lạp
Greek

11 **tiếng Do Thái**
t-yúng Zo Tý
Hebrew

12 **tiếng Việt**
t-yúng V-yẹt
Vietnamese

नमस्ते

Apa kabar

สวัสดี

13 **tiếng Hindi**
t-yúng Hin dee
Hindi

14 **tiếng In-đô-nê-xi-a**
t-yúng In daw neh see yah
Indonesian

15 **tiếng Thái Lan**
t-yúng Tý Lan
Thai

안녕하세요

Olá!

18 **tiếng Bồ Đào Nha**
t-yúng Bàw Dòw N-yah
Portuguese

你好!

Kamusta

17 **tiếng Tagalog**
t-yúng Tah gah lóg
Tagalog

19 **tiếng Trung; tiếng Hoa**
t-yúng Jʳoongm; t-yúng H-wah
Mandarin Chinese

---

20 **Tiếng mẹ đẻ của bạn là tiếng gì?**
T-yúng mẹh dẻh kỏo-aw bạn lầh t-yúng zee?
What is your mother tongue?

21 **Bạn nói được mấy thứ tiếng?**
Bạn nó-i dou-ụk máy tóu t-yúng?
How many languages do you speak?

16 **tiếng Hàn**
t-yúng Hàn
Korean

34 Bạn có thích món ăn Việt Nam không?

Bạn kó tík món an V-yẹt Nam khawngm?

Do you like Vietnamese food?

1 nhà hàng Việt Nam
n-yàh hàng V-yẹt Nam
Vietnamese restaurant

2 người phục vụ
ngou-ùh-i fọok vọo
waiter; waitress

3 đầu bếp
dòh bép
cook; chef

4 thực đơn
tọuk dun
menu

5 phở
fủh
beef noodles

6 bún bò Huế
bóon bò h-wéh
rice noodles with beef in Hue style

7 xôi
soy
steamed sticky rice

8 đũa
dõo-aw
chopsticks

13 nĩa
nẽe-uh
fork

14 dao
zow
knife

9 bát; chén
bát; chén
bowl

10 cơm
kum
cooked rice

11 cơm trắng
kum j'áng
white rice

12 đĩa; dĩa
dẽe-uh; zẽe-uh
plate

15 thìa; muỗng
tèe-uh; m-wãwng
spoon

17 bún thang
bóon tang
rice noodles with chicken broth and other ingredients

18 hủ tiếu
hỏo t-yóh
rice noodles with pork and seafood

19 bánh mì
býnh mèe
bread

16 bún chả; bún thịt nướng
bóon chảh; bóon tịt nou-úng
rice noodles with barbecued pork

26 canh
kynh
soup

20 nem rán; chả giò
nem z'án; chảh zò
deep-fried eggrolls

21 nem cuốn; gỏi cuốn
nem k-wún; gỏ-i k-wún
springrolls

22 bánh cuốn
býnh k-wún
steamed springrolls

27 rau
z'ow
vegetable

28 gọi món
gọ-i món
to order

23 chả cá
chảh kák
grilled fish

24 bánh xèo
býnh s-yòw
Vietnamese pizza

25 bánh tôm
býnh tawm
deep-fried pancakes with shrimp

29 sự lựa chọn
sh'rọu lọu-uh chọn
choice

30 đặc biệt
dạk b-yẹt
special

31 ngoài ra
ng-wỳ z'ah
apart from; besides

35 Chúng tôi đều thích ăn các món Việt Nam.
Chóongm toy deh-oo tík an kák món V-yẹt Nam.
Everyone likes to eat Vietnamese food.

32 có thể
kó tẻh
perhaps

33 hầu như
hòh n-you
almost

36 Bữa tối nay tôi sẽ mời bạn.
Bõu-uh tóy ny toy sh'rẽh mùh-i bạn.
I'm inviting you for dinner tonight.

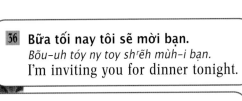

34 Chị ơi
Chị uh-i
Miss... (waitress)

37 Tuyệt quá, mình thích ăn các món Việt Nam.
Too-yẹt k-wáh, mình tík an kák món V-yẹt Nam.
That's great, I want to eat Vietnamese food.

Những món ăn phương Tây được ưa thích

N-yõung món an fou-ung Tay dou-ụk ou-uh tík

Popular Western foods

1 hot dog
hot dog
hot dog

2 sandwich
san wík
sandwich

3 pizza
pee zah
pizza

4 mì Ý
mèe ée
pasta; spaghetti

5 bánh ngọt donuts
býnh ngọt daw nóot
donuts

6 bánh mì Pháp
býnh mèe fáp
baguette

7 kem
kem
ice cream

8 bánh pudding
býnh póot ding
pudding

9 mì Ý lasagne
mèe ée lah sh'ang yah
lasagne

10 gà tây
gàh tay
turkey

11 bánh táo
býnh tów
apple pie

12 giăm bông
zam bawngm
ham

13 rau xà lách
z'ow sàh lák
salad

15 thịt bò bít tết
tịt bò bít tết
steak

14 khoai tây nghiền
kh-wy tay ng-yèn
mashed potatoes

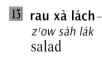

16 xúc xích
sóok sík
sausage

17 bữa sáng kiểu phương Tây
bõu-uh sh'áng k-yỏh fou-ung Tay
Western breakfast

20 thịt hun khói
tịt hoon khó-i
bacon; smoked ham

18 nước hoa quả; nước trái cây
nou-úk h-wah k-wảh; nou-úk j'ý kay
fruit juice

19 cà phê
kàh feh
coffee

22 trứng ốp lếp
j'óung áwp lép
sunny side up eggs

21 bánh mì nướng
býnh mèe nou-úng
toast

Additional Vocabulary

28 ngon
ngon
tasty; delicious

29 quay
k-wy
to roast; to bake

30 bánh kếp
býnh kép
pancakes

31 bơ
buh
butter; cream

32 sữa chua
sh'õu-uh choo-aw
yogurt

33 tương cà chua
tou-ung kàh choo-aw
ketchup; tomato
sauce

34 món ăn phương Tây; đồ ăn phương Tây
món an fou-ung Tay; dàw an fou-ung Tay
Western-style food

35 ăn thịt nướng ngoài trời
an tịt nou-úng ng-wỳ j'ùh-i
barbecue

23 bánh ga tô
býnh gah taw
cake

24 phô mai; phó mát
faw my; fó mát
cheese

26 bánh hamburger
býnh ham buh guh
hamburger

25 ngũ cốc
ngõo káwk
cereal

27 khoai tây rán; chiên
kh-wy tay z'án; ch-yen
french fries

---

36 McDonald's mở chi nhánh đầu tiên ở Sài Gòn năm 2014 và chi nhánh đầu tiên tại Hà nội năm 2017.
Mák Daw Nan mủh chee n-y-éye-nh dòh t-yen ủh Sh'ỳ Gòn nam hy kawngm mạwt báwn vàh chee n-y-éye-nh dòh t-yen tỵ Hàh Nọy nam hy kawngm mạwt bỷ.
McDonald's opens its first branch in Saigon in 2014 and its first branch in Hanoi in 2017.

37 Bọn trẻ đều rất thích ăn bánh hamburger và khoai tây rán.
Bọn j'ẻh dèh-oo z'út tík an býnh ham buh guh vàh kh-wy tay z'án.
All children like hamburgers and french fries.

38 Bạn thích ăn các món Việt Nam hay các món phương Tây?
Bạn tík an kák món V-yẹt Nam hy kák món fou-ung Tay?
Do you prefer Vietnamese or Western food?

Đồ uống
Dàw wáwng
36 | Drinks

4 **nước cam**
nou-úk kam
orange juice

1 **đồ uống**
dàw wáwng
beverage

2 **nước khoáng**
nou-úk kh-wáng
mineral water

3 **nước hoa quả; nước trái cây**
nou-úk h-wah k-wàh; nou-úk j'ý kay
fruit juice

5 **sữa**
shõu-uh
milk

6 **cà phê**
kàh feh
coffee

7 **chè; trà**
chèh; j'àh
tea

8 **trà đá**
j'àh dáh
iced tea

9 **sữa đậu nành**
sh'õu-uh dọh nỳnh
soy milk

10 **coca cola**
kaw kah kaw lah
cola

11 **nước máy**
nou-úk mý
tap water

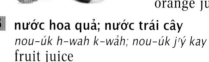

15 **đồ uống không đường;
đồ uống ít đường**
*dàw wáwng khawngm dou-ùng;
dàw wáwng ít dou-ùng*
diet drinks

12 **nước**
nou-úk
water

13 **uống**
wáwng
to drink

14 **khát**
khát
thirsty

16 **đồ uống tạo năng lượng**
dàw wáwng tọw nang lou-ụng
energy drinks

17 **nước uống khi tập thể thao**
nou-úk wáwng khee tụp tẻh tow
sports drinks

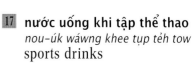

19 **rượu vang đỏ**
zʳou-ọh vang dỏ
red wine

20 **rượu vang trắng**
zʳou-ọh vang jʳáng
white wine

18 **rượu pha tổng hợp**
zʳou-ọh fah tảwngm hụp
cocktails

22 **rượu trắng; rượu lúa mới**
zʳou-ọh jʳáng; zʳou-ọh lóo-aw múh-i
Vietnamese vodka

21 **rượu mạnh; rượu whiskey**
zʳou-ọh mạnh; zʳou-ọh wís kee
whiskey

23 **rượu sâm banh**
zʳou-ọh shʳum bynh
Champagne

24 **cà phê Việt Nam**
kàh feh V-yẹt Nam
Vietnamese coffee

25 **bia**
bee-uh
beer

Additional Vocabulary

26 **nước sô đa**
nou-úk shʳaw dah
sodas

27 **nước nóng**
nou-úk nóngm
hot water

28 **đá viên**
dáh v-yen
ice cubes

29 **nước đá**
nou-úk dáh
ice water

30 **cốc; li**
káwk; lee
glass; cup

31 **chai nước**
chy nou-úk
bottle of
water

32 **nước lạnh**
nou-úk lỵnh
cold water

34 **Mỗi ngày một người phải uống bao nhiêu nước?**
Mỗy ngỳ mạwt ngou-ùh-i fỷ wáwng bow n-yoh nou-úk?
How many glasses of water should people drink
every day?

35 **Nếu bạn uống rượu thì đừng lái xe, còn nếu bạn lái
xe thì đừng uống rượu.**
*Néh-oo bạn wáwng zʳou-ọh tèe dòung lý seh, kòn néh-oo
bạn lý seh tèe dòung wáwng zʳou-ọh.*
If you drive, don't drink. If you drink, don't drive.

36 **Tôi muốn uống một cái gì đó nong nóng.**
Toy m-wún wáwng mạwt ký zèe dáw nongm nóngm.
I want something hot to drink.

33 **bình nước nóng lạnh**
bình nou-úk nóngm lỵnh
office water dispenser

37 Hoa quả tươi, các loại hạt và ngũ cốc

H-wah k-wảh tou-uh-i, kák l-wỵ hạt vàh ngõo káwk

Fresh fruits, nuts and grains

1 táo
tów
apple

2 xoài
s-wỳ
mango

3 cam
kam
orange

4 quít
k-wít
mandarin orange

5 lê
leh
pear

6 dừa
zòu-uh
coconut

7 chuối
ch-wáy
banana

8 dứa; thơm
zóu-uh; tum
pineapple

9 đào
dòw
peach

10 đu đủ
doo dỏo
papaya

11 chanh tây
chynh tay
lemon

12 chanh
chynh
lime

13 vải
vỷ
lychee

14 nhãn
n-yãn
longan

15 dâu tây
zoh tay
strawberry

16 nho
n-yo
grapes

17 dưa bở
zou-uh bủh
cantaloupe

18 hồng
hàwngm
persimmon

19 dưa hấu
zou-uh hóh
watermelon

45 Tôi thích ăn hoa quả; trái cây tươi nhất.
Toy tík an h-wah k-wảh; j'ý kay tou-uh-i n-yút.
I love to eat fresh fruits most.

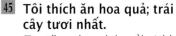

20 hạt macadamia
hạt mah kah dah mee yah
macadamia nuts

21 hạt hồ trăn
hạt hàw jʳan
pistachios

22 hạnh nhân
hynh n-yun
almonds

23 hạt điều
hạt d-yòh
cashew nuts

24 lạc; đậu phộng
lạk; dọh fạwng
peanuts

25 hạt óc chó
hạt ók chó
walnuts

26 hồ đào
hàw dòw
pecans

Additional Vocabulary

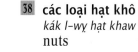

27 hạt dẻ
hạt zẻh
chestnuts

28 hạt phỉ
hạt fỉ
hazel nuts

29 hạt bí
hạt bée
pumpkin seeds

37 ngũ cốc
ngõo káwk
grains; cereals

38 các loại hạt khô
kák l-wy hạt khaw
nuts

39 bánh qui
býnh k-wee
crackers

40 yến mạch
yén mạk
oats

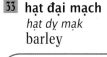

30 hạt thông
hạt tawngm
pine nuts

31 hạt dưa
hạt zou-uh
watermelon seeds

32 hạt hướng dương
hạt hou-úng zou-ung
sunflower seeds

41 đậu; đỗ
dọh; dãw
beans

42 ngô; bắp
ngaw; báp
corn

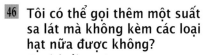

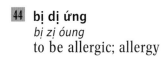

33 hạt đại mạch
hạt dỵ mạk
barley

34 gạo
gọw
rice

35 lúa mì
lóo-aw mèe
wheat

36 vừng; mè
vòung; mèh
sesame seeds

43 bột mì
bạwt mèe
flour

46 Tôi có thể gọi thêm một suất sa lát mà không kèm các loại hạt nữa được không?
Toy kó tẻh gọ-i tem mạwt shʳ-wút shʳah lát mày khawngm kèm kák l-wy hạt nõu-uh dou-ụk khawngm?
Can I have one more salad without nuts?

47 Bạn thích loại hạt nào?
Bạn tík l-wy hạt now?
What nuts do you like?

48 Tôi thích hạt điều. Còn bạn?
Toy tí k hạt d-yòh. Kòn bạn?
I like cashew nuts. What about you?

49 Tôi bị dị ứng với các loại hạt.
Toy bị zị óung vúh-i kák l-wy hạt.
I am allergic to nuts.

44 bị dị ứng
bị zị óung
to be allergic; allergy

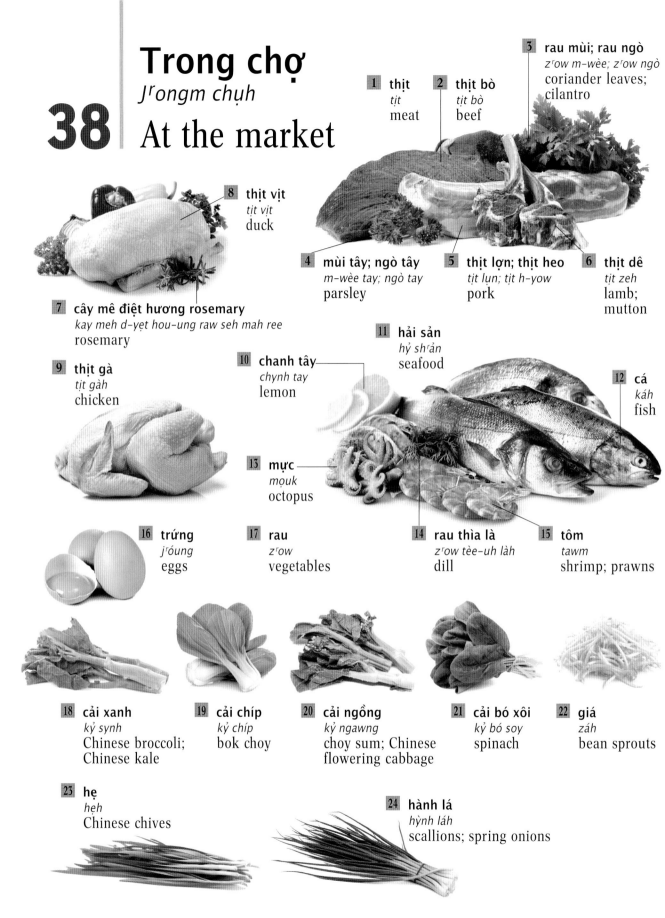

Trong chợ

J^rongm chụh

38 | At the market

1 thịt
tịt
meat

2 thịt bò
tịt bò
beef

3 rau mùi; rau ngò
z^row m-wèe; z^row ngò
coriander leaves;
cilantro

8 thịt vịt
tịt vịt
duck

4 mùi tây; ngò tây
m-wèe tay; ngò tay
parsley

5 thịt lợn; thịt heo
tịt lụn; tịt h-yow
pork

6 thịt dê
tịt zeh
lamb;
mutton

7 cây mê điệt hương rosemary
kay meh d-yẹt hou-ung raw seh mah ree
rosemary

9 thịt gà
tịt gàh
chicken

10 chanh tây
chynh tay
lemon

11 hải sản
hỷ sh^rản
seafood

12 cá
káh
fish

13 mực
mọuk
octopus

16 trứng
j^róung
eggs

17 rau
z^row
vegetables

14 rau thìa là
z^row tèe-uh làh
dill

15 tôm
tawm
shrimp; prawns

18 cải xanh
kỷ synh
Chinese broccoli;
Chinese kale

19 cải chíp
kỷ chíp
bok choy

20 cải ngồng
kỷ ngawng
choy sum; Chinese
flowering cabbage

21 cải bó xôi
kỷ bó soy
spinach

22 giá
záh
bean sprouts

23 hẹ
hẹh
Chinese chives

24 hành lá
hỳnh láh
scallions; spring onions

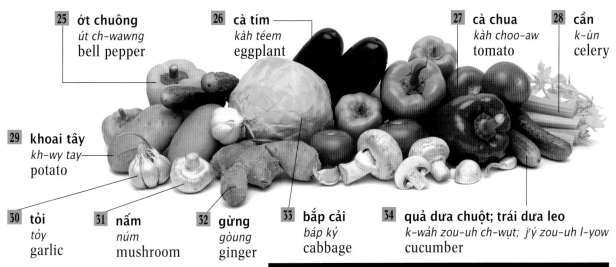

25 **ớt chuông**
út ch-wawng
bell pepper

26 **cà tím**
kàh téem
eggplant

27 **cà chua**
kàh choo-aw
tomato

28 **cần**
k-ùn
celery

29 **khoai tây**
kh-wy tay
potato

30 **tỏi**
tỏy
garlic

31 **nấm**
núm
mushroom

32 **gừng**
gòung
ginger

33 **bắp cải**
báp kỷ
cabbage

34 **quả dưa chuột; trái dưa leo**
k-wảh zou-uh ch-wụt; j'ý zou-uh l-yow
cucumber

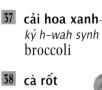

35 **bí đao**
bée dow
winter melon

36 **mướp đắng; khổ qua**
mou-úp dáng; khảw k-wah
bitter gourd

37 **cải hoa xanh**
kỷ h-wah synh
broccoli

38 **cà rốt**
kàh z'áwt
carrot

39 **hành tây**
hỳnh tay
onion

40 **ớt**
út
chili peppers

41 **cải thảo**
kỷ tỏw
Chinese cabbage

42 **đậu phụ; đậu hủ**
dọh fọo; dọh hỗo
tofu

Additional Vocabulary

43 **chợ**
chụh
market

44 **xà lách**
sàh lák
lettuce

45 **đậu đũa**
dọh dõo-aw
green beans;
string beans

46 **bí đỏ**
bée dỏ
pumpkin

47 **măng tây**
mang tay
asparagus

48 **húng quế**
hóongm k-wéh
basil

49 **đơn sâm; xô thơm**
dun sh'um; saw tum
sage

50 **cỏ xạ hương**
kỏ sạh hou-ung
thyme

51 **giải ngấm**
zỷ ngúm
tarragon

52 **thịt bò xay**
tịt bò sy
ground/minced beef

53 **các loại thịt**
kák l-wy tịt
types of meat

54 **tươi**
tou-uh-i
fresh

55 **súp lơ; cải hoa trắng**
sh'óop luh; kỷ h-wah j'áng
cauliflower

56 **mướp zucchini**
mou-úp zák shee nee
zucchini

57 **rau bạc hà Địa Trung Hải**
z'ow bạk hành D-yụh J'oongm Hỷ
oregano

58 **thịt lợn xay; thịt heo xay**
tịt lụn sy; tịt h-yow sy
ground/minced pork

59 gia vị
zah vị
seasonings

60 giấm
zúm
vinegar

61 nước mắm
nou-úk mám
fish sauce

62 rượu trắng
zʳou-ọh jʳáng
rice wine

63 giấm gạo
zúm gọw
rice vinegar

64 xì dầu
sèe zòh
soy sauce

65 tương ớt
tou-ung út
chili sauce

66 dầu vừng; dầu mè
zòh vùung; zòh mèh
sesame oil

67 dầu ô liu
zòh aw l-yoo
olive oil

68 dầu hào
zòh hòw
oyster sauce

69 hạt tiêu bột
hạt t-yoh bạwt
ground pepper

72 ớt bột
út bạwt
chili powder

73 muối
m-wáy
salt

70 quế
k-wéh
cinnamon

71 hồi
hòy
star anise

74 bột nghệ
bạwt ngẹh
ground turmeric

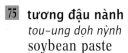

Additional Vocabulary

75 tương đậu nành
tou-ung dọh nỳnh
soybean paste

76 tinh bột
tinh bạwt
starch

77 dầu ăn
zòh an
cooking oil

80 mì chính
mèe chính
monosodium glutamate (MSG)

81 dầu lạc; dầu đậu phộng
zòh lạk; zòh dọh fạwng
peanut oil

78 dầu dừa
zòh zòu-uh
coconut oil

79 dầu cọ
zòh kọ
palm oil

82 Khi bạn đã chuẩn bị đầy đủ nguyên liệu, thì các món ăn Việt Nam rất dễ nấu.
Khee bạn dãh ch-wủn bị dày dỏo ngoo-yen l-yọh, tèe kák món an V-yẹt Nam zʳút zễh nõh.
Vietnamese food is easy to cook once you have all the ingredients.

83 Ở Việt Nam chúng tôi thích mua thức ăn ngoài chợ.
Ủh V-yẹt Nam chóong toy tík moo-aw tóuk an ng-wỳ chụh.
In Vietnam, we like to buy our food at the local market.

84 Rau và thịt ở đó đều rất tươi, rẻ hơn ở trong siêu thị.
Zʳow vàh tịt ủh dó dèh-oo zʳút tou-uh-i, zʳẻh hun ủh jʳongm shʳ-yoh tị.
The vegetables and meat are very fresh there, and it is slightly cheaper than supermaket.

English-Vietnamese Index

The following information is included for each entry–the English word, the Vietnamese word and its transliteration, the section number and the order in which the word appeared in that section, followed by the page number where the word appears. For example:

English word	Vietnamese word/Transiteration	Lesson and order	Page in book
rice wine	**rượu trắng** *zʳou-ọh jʳáng*	[38-62]	86

88

ear, nose, and throat **khoa tai mũi họng** *kh-wah ty m-wẽe họng* [27-46] 63

early **sớm** *sh'úm* [15-23] 39

early morning **sáng sớm** *sh'áng sh'úm* [15-17] 39

earphones **tai nghe** *ty ngeh* [26-22] 61

earth; ground **trái đất** *j'ý dút* [28-37] 65

east **đông** *dawngm* [13-10] 34

East Timor **Đông Timo** *Dawngm Tee Mo* [32-12] 72

Easter **Lễ Phục sinh** *Lẽh Fọok sh'inh* [18-19] 45

easy **dễ** *zẽh* [8-15] 25; [21-26] 51

economics **kinh tế học** *kinh téh họkp* [19-44] 47

eggplant **cà tím** *kàh téem* [38-26] 85

eggs **trứng** *j'óung* [38-16] 84

eight **tám** *tám* [5-8] 18

eight pieces of clothing **tám bộ quần áo** *tám baw k-wùn ów* [22-5] 52

elbow **khuỷu tay** *kh-wỉ-oo ty* [4-20] 17

electric car **ô tô điện** *aw taw d-yẹn* [28-6] 64

electric socket; power point **ổ cắm điện** *ảw kám d-yẹn* [00-00] 00

elementary school **trường tiểu học; trường cấp 1** *j'ou-ùng t-yỏh họkp; j'ou-ùng kúp mạwt* [20-33] 49

elephant **voi** *vo-i* [29-14] 67

elevator **thang máy** *tang mý* [3-50] 14

email **thư điện tử** *tou d-yẹn tủu* [23-14] 54

emergency **cấp cứu** *kúp kóu-oo* [27-26] 63

emergency room **phòng cấp cứu** *fòngm kúp kou-óo* [27-2] 62

employee **nhân viên** *n-yun v-yen* [25-25] 59

end **kết thúc** *két tóok* [8-23] 25

energy drinks **đồ uống tạo năng lượng** *dàw wáwng tọw nang lou-ụng* [36-16] 80

engineer **kĩ sư** *kẽe sh'ou* [25-4] 58

English **tiếng Anh** *t-yúng Eye-nh* [33-1] 74

enter **vào** *vòw* [8-4] 24

enthusiastic **nhiệt tình** *n-yẹt tình* [2-43] 12

entrepreneur **doanh nhân** *z-wynh n-yun* [25-21] 59

environment **môi trường** *moy j'òung* [28-36] 65

equals **bằng** *bàng* [5-21] 19

eraser **cục tẩy; cục gôm** *kọok tảy; kọok gawm* [19-16] 47

Europe **Châu Âu** *Choh Oh* [32-28] 73

even numbers **số chẵn** *sh'áw chãn* [5-25] 19

exams **kiểm tra; thi** *k-yủm j'ah; tee* [19-1] 46

exercise book **vở bài tập** *vủh bỳ tụp* [21-22] 51

exit **ra** *z'ah* [8-4] 24

expensive **đắt; mắc** *dát; mák* [9-25] 27

expressway **đường cao tốc** *dou-ùng kow táwk* [11-18] 31

extraordinary **vô cùng** *vaw kòongm* [23-38] 55

Everybody eats together. **Cả nhà cùng dùng cơm.** *Kảh n-yàh kòongm zòongm kum.* [6-14] 21

eye **mắt** *mát* [4-8] 16

eyebrow **lông mày** *lawngm mỳ* [4-7] 16

F

FPT **FPT** *Ép pee tee* [24-20] 57

face **mặt** *mạt* [4-4] 16

Facebook **Facebook** *Fay bóok* [24-15] 57

fake **giả** *zảh* [8-26] 25

family **gia đình** *zah dình* [2-40] 12

famous **nổi tiếng** *nỏy t-yúng* [26-27] 61

fan **quạt xếp** *k-wạt sép* [17-14] 43

far **xa** *sah* [8-24] 25; [13-40] 35

farmer **nông dân** *nawngm zun* [25-19] 59

fast **nhanh** *n-y-eye-nh* [8-27] 25

fat **béo; mập** *b-yów; mụp* [8-12] 25

father **bố; ba** *báw; bah* [2-13] 13

father's elder brother **bác trai** *bák j'y* [2-11] 13

father's sister **cô** *kaw* [2-29] 12

father's younger brother **chú** *chóo* [2-28] 12

February **tháng hai** *táng hy* [16-17] 41

female **phụ nữ** *fọọ nõu* [2-3] 12

festival; holiday **ngày lễ** *ngỳ lẽh* [18-1] 44

fever **bị sốt** *bị sh'áwt* [27-12] 62

fifteen minutes past six **6 giờ 15 phút** *sh'ów zùh mou-ừh-i lam fóot* [15-8] 38

fifteen minutes to seven **6 giờ 45 phút; 7 giờ kém 15** *sh'ów zùh báwn nh-yam fóot; bỳ zừh kém mou-ừh-i lam* [15-10] 38

file **file** *fy* [23-24] 55

finally **cuối cùng** *k-wáy kòongm* [15-35] 39

financier **chuyên gia tài chính** *choo-yen zah tỳ chính* [25-3] 58

fingers **ngón tay** *ngón ty* [4-15] 16

finish line **đích** *dík* [30-4] 68

Finland **Phần Lan** *F-ùn Lan* [32-29] 73

fire engine **xe cứu hỏa** *seh kou-óo h-wảh* [12-16] 33

firefighter **lính cứu hỏa** *lính kou-óo h-wảh* [25-11] 58

fireworks **pháo hoa** *fów h-wah* [18-3] 44

first aid kit **hộp thuốc cấp cứu** *hạwp t-wáwk kúp kóu-oo* [27-48] 63

fish **cá** *káh* [29-28] 67; [38-12] 84

fish sauce **nước mắm** *nou-úk mám* [38-61] 86

five **năm** *nam* [5-5] 18

five bowls of rice **năm bát cơm** *nam bát kum* [22-18] 53

five minutes past six **6 giờ 5 phút** *sh'ów zùh nam fóot* [15-5] 38

five tickets **năm tấm vé** *nam túm véh* [22-4] 52

flashcards **phiếu ghi từ** *f-yóh gee tòu* [21-3] 51

floor **sàn nhà** *sh'àn n-yàh* [3-15] 14

flour **bột mì** *bạwt mèe* [37-43] 83

flower **hoa** *h-wah* [28-2] 64

flute **sáo** *sh'ów* [26-10] 60

fog **sương mù** *sh'ou-ung mòo* [14-25] 37

foot **bàn chân** *bàn chun* [4-23] 17; **foot** *fóot* [13-38] 35

for the purpose of **nhằm mục đích** *n-yàm mọok dík* [28-40] 65

forehead **trán** *j'án* [4-17] 17

forest **rừng** *z'òung* [28-13] 65

forgotten **quên** *k-wen* [8-30] 25

fork **nĩa** *nẽe-uh* [34-13] 76

four **bốn** *báwn* [5-4] 18

four photographs **bốn bức ảnh** *báwn bóuk éye-nh* [22-17] 53

four seasons **bốn mùa** *báwn mòo-aw* [17-18] 43

four-story building **khu nhà bốn tầng** *khoo n-yàh báwn tùng* [22-11] 53

fraction **phân số** *f-un sh'áw* [5-24] 19

free wifi **lên mạng miễn phí** *len mạng m-yẽn fée* [31-27] 71

French **tiếng Pháp** *t-yúng Fáp* [33-2] 74

french fries **khoai tây rán; chiên** *kh-wy tay z'án; ch-yen* [35-27] 79

fresh **tươi** *tou-uh-i* [38-54] 85

frequently **thường thường** *tou-ùng tou-ùng* [15-32] 39

freshman year in college **đại học năm thứ nhất** *dy họkp nam tóu n-yút* [20-36] 49

Friday **thứ sáu** *tóu sh'ów* [16-14] 40

friends **bạn** *bạn* [1-25] 11

fruit juice **nước hoa quả; nước trái cây** *nou-úk h-wah k-wảh; nou-úk j'ý kay* [35-18] 79; [36-3] 80

full (eat till) **no** *no* [8-19] 25

future **sau này** *sh'ow nỳ* [8-22] 25

G

garage **gara ô tô** *gah rah aw taw* [3-56] 14

garbage truck **xe rác** *seh z'ák* [12-5] 32

garden **vườn hoa** *vou-ùn h-wah* [28-1] 64

garlic **tỏi** *tóy* [38-30] 85

gas station; petrol station **cây xăng** *kay sang* [11-6] 30

gathering; meeting **gặp gỡ** *gạp gũh* [1-19] 11

general medicine **nội khoa** *hạwp nọy kh-wah* [27-40] 63

general surgery **nội khoa** *ng-wỵ kh-wah* [27-41] 63

generally **nói chung** *nó-i choongm* [10-34] 29

geography **địa lí** *d-yụh lée* [19-38] 47

geometry **hình học** *hình họkp* [19-32] 47

German **tiếng Đức** *t-yúng Dóuk* [33-4] 74

Germany **Đức** *Dóuk* [32-30] 73

gift **quà** *k-wàh* [18-21] 45

ginger **gừng** *gòung* [38-32] 85

giraffe **hươu cao cổ** *hou-oh kow kảw* [29-3] 66

give **đưa** *dou-uh* [8-2] 24

giving directions **chỉ đường** *chée dou-ùng* [13-21] 34

glass; cup **cốc; li** *káwk; lee* [36-30] 81

glasses; spectacles **kính; mắt kiếng** *kính; mát k-yúng* [10-11] 28

globe **trái đất** *j'ý dút* [32-20] 73

gloves **găng tay** *gang ty* [14-31] 37

go **đi** *dee* [8-17] 25

go faster **nhanh lên** *n-y-eye-nh len* [12-25] 33

go straight **đi thẳng** *dee tảng* [12-27] 33; [13-31] 35

go to school **đi học** *dee họkp* [6-26] 20

go to work; get off work **đi làm; đi làm về** *dee làm; dee làm vèh* [6-40] 20

goat **dê** *zeh* [29-11] 67

going to work **đi làm** *dee làm* [25-29] 59

gold **màu đồng** *mòw dàwngm* [7-13] 22

golf **chơi golf** *chuh-i gawn* [30-17] 69

good **tốt** *táwt* [8-7] 24

good weather **thời tiết tốt** *tùh-i t-yét*

tấwt [14-34] 37

Google **Google** *Goo gảw* [24-17] 57

gorilla **đười ươi** *dou-ùh-i ou-uh-i* [29-8] 66

Grab **Grab** *Gùh ráb* [12-26] 33

grade; class **lớp** *lúp* [19-23] 47

grades **điểm** *d-yủm* [20-23] 49

grains; cereals **ngũ cốc** *ngõo káwk* [37-37] 83

grammar **ngữ pháp** *ngõu fáp* [21-16] 51

grandson; granddaughter **cháu trai; cháu gái** *chów j'y; chów gý* [2-33] 12

grapes **nho** *n-yo* [37-16] 82

grass **cỏ** *kỏ* [28-5] 64

gray **xám** *sám* [7-10] 22

Great Britain **Anh** *Eye-nh* [32-31] 73

Greek **tiếng Hi Lạp** *t-yúng Hee Lạp* [33-10] 75

green **xanh lục** *synh lọokp* [7-7] 22

green beans; string beans **đậu đũa** *dọh dõo-aw* [38-45] 85

grilled fish **chả cá** *chảh káh* [34-23] 77

ground/minced beef **thịt bò xay** *tịt bò sy* [38-52] 85

ground/minced pork **thịt lợn xay; thịt heo xay** *tịt lụn sy; tịt h-yow sy* [38-58] 85

ground pepper **hạt tiêu bột** *hạt t-yoh bạwt* [38-69] 86

ground turmeric **bột nghệ** *bạwt ngẹh* [38-74] 86

guest; customer **khách** *khák* [1-20] 11

guesthouse; lodge **nhà khách; nhà trọ** *n-yàh khák; n-yàh jọ* [31-41] 71

guitar **đàn ghi ta** *dàn gee tah* [26-1] 60

gym **phòng tập gym** *fòngm tụp jim* [11-19] 31

gynecology **sản phụ khoa** *sh'ản fọo kh-wah* [27-22] 63

H

hail **mưa đá** *mou-uh dáh* [14-29] 37

hair **tóc** *tók* [4-6] 16

half past six **6 giờ rưỡi** *sh'ów zùh z'ou-ũh-i* [15-9] 38

Halloween **Lễ hội Halloween** *Lẽh họy Hah law yoon* [18-18] 45

ham **giăm bông** *zam bawngm* [35-12] 78

hamburger **bánh hamburger** *býnh ham buh guh* [35-26] 79

hand **bàn tay** *bàn ty* [4-18] 17

happy **hạnh phúc** *hynh fóok* [1-10] 10; **vui** *v-wee* [8-31] 25

Happy birthday! **Chúc mừng sinh nhật!** *Chóok mòung sh'inh nh-yụt!* [18-30] 45

hard; difficult **khó** *khó* [21-27] 51

hat **mũ; nón** *mõo; nón* [10-16] 28; [14-30] 37

have **có** *kó* [8-16] 25

hazel nuts **hạt phỉ** *hạt fỉ* [37-28] 83

head **đầu** *dòh* [4-1] 16

health **sức khỏe** *sh'óuk kh-wẻh* [4-47] 17

healthy **khoẻ mạnh** *kh-wẻh mỵnh* [30-28] 69

heart **tim** *teem* [4-32] 17

Hebrew **tiếng Do Thái** *t-yúng Zo Tý* [33-11] 75

here **ở đây** *ủh day* [13-2] 34

high **cao** *kow* [8-28] 25

high speed train **tàu cao tốc** *tòw kow táwk* [12-8] 32

highlighter **bút màu đánh dấu** *bóot*

mòw dýnh zóh [19-20] 47

Hindi **tiếng Hindi** *t-yúng Hin dee* [33-13] 75

history **lịch sử** *lịk sh'óu* [19-28] 47

hobby **sở thích** *sh'úh tík* [26-26] 61

Hoi An Festivals **Lễ hội ở Hội An** *Lễh hoy vih Hoy An* [18-13] 44

home delivery **giao hàng tận nhà** *zow hàng tun n-yàh* [10-27] 29

homework **bài tập về nhà** *bỳ tụp vềh n-yàh* [19-45] 47

hope **hi vọng** *hee vọng* [27-35] 63

horse **ngựa** *ngọu-uh* [29-15] 67

horse carriage **xe ngựa** *seh ngọu-uh* [12-32] 33

hospital **bệnh viện** *bẹnh v-yẹn* [27-1] 62

hot **nóng** *nóngm* [14-20] 37

hot dog **hot dog** *hot dog* [35-1] 78

hot water **nước nóng** *nou-úk nóngm* [36-27] 81

hot weather **thời tiết nóng bức** *tùh-i t-yét nóngm bóuk* [14-21] 37

hotel **khách sạn** *khák sh'ạn* [31-1] 70

hotel **khách sạn** *khák sh'an* [11-1] 30

hotel reservation **đặt khách sạn** *dạt khák sh'ạn* [31-20] 71

hour **giờ** *zùh* [15-1] 38

house **nhà** *n-yàh* [3-51]

housefly **ruồi** *z'-wầy* [29-25] 67

how (wonderful) **thật là** *tụt làh* [29-32] 67

How are things? **Thế nào?** *Téh nòw?* [1-38] 11

How much longer? **Còn bao lâu nữa?** *Gòn bow loh nõu-uh?* [13-58] 35

Hung King Festival **Giỗ tổ Hùng Vương** *Zẫw Tẫw Hòongm Vou-ung* [18-11] 44

hungry **đói** *dó-i* [8-19] 25

hurricane **bão** *bõw* [14-38] 37

hurts **đau** *dow* [27-23] 63

husband **chồng** *chàwngm* [2-27] 12

husband and wife **vợ chồng** *vụh chàwngm* [2-14] 13

I

I; me **tôi** *toy* [2-20] 13

ice-skating **trượt băng** *j'ou-ựt bang* [30-18] 69

ice cream **kem** *kem* [35-7] 78

ice cubes **đá viên** *dáh v-yen* [36-28] 81

ice water **nước đá** *nou-úk dáh* [36-29] 81

iced tea **trà đá** *j'àh dáh* [36-8] 80

Iceland **Ai-xơ-len** *Eyes Len* [32-32] 73

idiom **thành ngữ** *tỳnh ngõu* [21-10] 51

idle **rỗi; rảnh** *z'õy; z'ỳnh* [8-8] 24

if **nếu** *néh-oo* [28-28] 65

illness **bệnh tật** *bẹnh tụt* [4-48] 17

immediately **ngay lập tức** *ngy lụp tóuk* [13-49] 35

important **quan trọng** *k-wan j'ọng* [27-34] 63

in a moment **một lát** *mạwt lát* [15-33] 39

in front **đằng trước** *dàng j'ou-úk* [13-14] 34

in the afternoon; p.m. **chiều** *ch-yòh* [15-20] 39

in the morning; a.m. **sang** *sh'áng* [15-18] 39

India **Ấn Độ** *Ún Dạw* [32-17] 73

Independence Day **Ngày Quốc khánh** *Ngỳ K-wáwk kýnh* [18-20] 45

index **chỉ số** *chée sh'áw* [28-22] 65

Indonesia **In-đô-nê-xi-a** *In Daw Neh See Yah* [32-11] 72

Indonesian **tiếng In-đô-nê-xi-a** *t-yúng In daw neh see yah* [33-14] 75

injection **tiêm; chích** *t-yum; chík* [27-16] 62

inside **trong** *j'ongm* [8-21] 25; **bên trong** *ben j'ongm* [13-34] 35

installment (payment) **thanh toán thành nhiều đợt** *tynh t-wán tỳnh n-yòh dụt* [9-32] 27

intelligent; clever **thông minh** *tawngm minh* [20-24] 49

interest **tiền lãi; tiền lời** *t-yèn lỹ; t-yèn lùh-i* [9-26] 27

Internet access **struy cập Internet** *j'-wee kụp in tuh nét* [23-22] 55

Internet cafes **quán cà fe Internet** *k-wán kàh fe In tuh nét* [24-3] 56

Internet language **ngôn ngữ trên mạng** *ngawn ngõu j'en mạng* [24-30] 56

Internet slang **tiếng lóng trên mạng** *t-yúng lóngm j'en mạng* [24-33] 56

intestines **ruột** *z'-wut* [4-34] 17

introduce yourself **xin tự giới thiệu** *seen tọu zúh-i t-yọh* [1-14] 11

it **nó** *nó* [29-35] 67

Italian **tiếng Ý** *t-yúng Ée* [33-5] 74

Italy **Ý** *Ée* [32-18] 73

J

January **tháng một** *táng mạwt* [16-16] 41

Japan **Nhật Bản** *N-yụt Bản* [32-14] 73

Japanese **tiếng Nhật** *t-yúng N-yụt* [33-8] 74

jeans **quần bò; quần jeans** *k-wùn bò; k-wùn "jean"* [10-9] 28

joyful **vui vẻ** *v-wee vẻh* [1-11] 10

judge **thẩm phán** *tủm fán* [25-2] 58

July **tháng bảy** *táng bỷ* [16-22] 41

June **tháng sáu** *táng sh'ów* [16-21] 41

junior year in college **đại học năm thứ ba** *dy họkp nam tóu bah* [20-38] 49

K

karaoke **karaoke** *kah rah aw keh* [26-11] 61

ketchup; tomato sauce **tương cà chua** *tou-ung kàh choo-aw* [35-33] 79

kettle **ấm đun nước** *úm doon nou-úk* [3-29] 15

keyboard **bàn phím** *bàn féem* [23-5] 54

keys **chìa khoá** *ch-yùh kh-wáh* [3-5] 14

kidneys **thận** *tụn* [4-33] 17

kilometer **ki-lô-mét; cây số** *gee law mét; kay sh'áw* [13-57] 35

kitchen **bếp** *bép* [3-2] 15

Kitchen God Festival **Ông Táo Về Trời** *Awngm Tów Vềh J'ùh-i* [18-12] 44

knee **đầu gối** *dòh góy* [4-21] 17

knife **dao** *zow* [34-14] 76

Korea **Hàn Quốc** *Hàn K-wáwk* [32-15] 73

Korean **tiếng Hàn** *t-yúng Hàn* [33-16] 75

L

L size **cỡ L** *kũh ellùh* [7-33] 23

laboratory **phòng thí nghiệm** *fòngm tée ng-yụm* [20-21] 49

laboratory test **xét nghiệm** *sét ng-yụm* [27-7] 62

lamb; mutton **thịt dê** *tịt zeh* [38-6] 84

lamp **đèn** *dèn* [3-7] 14

Laos **Lào** *L-òw* [32-6] 72

laptop **máy tính xách tay** *mý tính sák ty* [23-6] 54

large **lớn** *lún* [7-35] 23

larger **lớn hơn** *lún hun* [7-40] 23

lasagne **mì Ý lasagne** *mèe ée lah sh'ang yah* [35-9] 78

last month **tháng trước** *táng j'ou-úk* [16-39] 41

last week **tuần trước** *t-wùn j'ou-úk* [16-38] 41

last year **năm ngoái** *nam ng-wý* [16-28] 41

late **muộn; trễ** *m-wun; j'ẽh* [15-24] 39

later **sau đó** *sh'ow dó* [15-26] 39

lawyer **luật sư** *l-wụt sh'ou* [25-1] 58

leap year **năm nhuận** *nam n-yoo-ụn* [16-33] 41

lecture hall **giảng đường** *zảng dou-ùng* [20-14] 48

left side **bên trái** *ben j'ý* [13-29] 35

leg **bắp chân** *báp chun* [4-22] 17

leisure **thư giãn** *tou zãn* [6-30] 20

lemon **chanh tây** *chynh tay* [37-11] 82; [38-10] 84

less **ít** *ít* [8-3] 24

lesson **bài học** *bỳ họkp* [21-19] 51

letter **thư** *tou* [19-13] 46

lettuce **xà lách** *sàh lák* [38-44] 85

level (of achievement) **trình độ** *j'ình dạw* [19-40] 47

library **thư viện** *tou v-yẹn* [20-3] 48

light color **màu nhạt** *mòw n-yạt* [7-16] 22

light switch **công tắc** *kawngm ták* [3-49] 14

lightning **chớp** *chúp* [14-12] 36

lime **chanh** *chynh* [37-12] 82

linguistics **ngôn ngữ học** *ngawn ngõu họkp* [21-18] 51

lion **sư tử** *sh'ou tóu* [29-5] 66

lips **môi** *moy* [4-14] 16

literature **văn học** *van họkp* [19-27] 47

liver **gan** *gan* [4-35] 17

living room **phòng khách** *fòngm khák* [3-1] 14

loan; credit **khoản tiền vay** *kh-wản t-yèn vy* [9-27] 27

long **dài** *zỳ* [8-9] 24

long distance call **điện thoại đường dài** *d-yẹn twỵ dou-ùng zỳ* [24-32] 56

long-distance running **chạy cự li dài** *chy kọu lee zỳ* [30-11] 68

longan **nhãn** *n-yãn* [37-14] 82

love **yêu** *yoh* [19-31] 47

low **thấp** *túp* [8-28] 25

luggage **hành lí** *hỳnh lée* [31-4] 70

lungs **phổi** *fỏy* [4-31] 17

Luxembourg **Lúc-xăm-bua** *Lóok sam boo-aw* [32-33] 73

lychee **vải** *vỷ* [37-13] 82

M

M size **cỡ M** *kũh emmùh* [7-30] 23

macadamia nuts **hạt macadamia** *hạt mah kah dah mee yah* [37-20] 83

magazine **tạp chí** *tạp chée* [19-11] 46

main **chủ yếu** *chóo yóh* [27-33] 63

Malaysia **Ma-lai-xi-a** *Mah Ly See Ah* [32-8] 72

male **đàn ông** *dàn awngm* [2-2] 12

manager **giám đốc** *zám dáwk* [25-14] 58

Mandarin Chinese **tiếng Trung; tiếng Hoa** *t-yúng J'oongm; t-yúng H-wah*

mandarin orange **quít** *k-wít* [37-4] 82

mango **xoài** *s-wỳ* [37-2] 82

map **bản đồ** *bản dàw* [31-2] 70

March **tháng ba** *táng bah* [16-18] 41

marker pen **bút dạ** *tobóot zạh* [19-17] 47

market **chợ** *chụh* [38-43] 85

mashed potatoes **khoai tây nghiền** *kh-wy tay ng-yèn* [35-14] 78

mask **khẩu trang; mặt nạ** *khỏh j'ang; mạt nạh* [28-39] 65

maternal grandfather **ông ngoại** *awngm ng-wỵ* [2-9] 13

maternal grandmother **bà ngoại** *bàh ng-wỵ* [2-10] 13

mathematics **toán học** *t-wán họkp* [19-5] 46

May **tháng năm** *táng nam* [16-20] 41

meal **thịt** *tịt* [38-1] 84

meanings **ý nghĩa** *ée ngĩ-uh* [21-33] 51

medicine **thuốc** *t-wáwk* [27-14] 62

medium **trung bình** *j'oongm bình* [7-36] 23

menu **thực đơn** *tọuk dun* [34-4] 76

meter **mét** *mét* [13-37] 35

Merry Christmas! **Chúc mừng Giáng sinh!** *Chóok mòung záng sh'inh!* [18-31] 45

method **phương pháp** *fou-ung fáp* [25-23] 59

Microsoft **Microsoft** *My k-raw sáwp* [24-23] 57

microwave oven **lò vi sóng** *lò vee sh'óngm* [3-24] 15

middle; center **ở giữa** *ủh zõu-uh* [13-28] 35

middle school **trường trung học cơ sở; trường cấp 2** *j'ou-ùng j'oongm họkp kuh sh'ủh; j'ou-ùng kúp hy* [20-34] 49

Mid-Autumn festival **Tết Trung thu** *Tét J'oongm too* [18-6] 44

midnight **đêm** *dem* [15-21] 39

mile **dặm** *zam* [13-36] 35

milk **sữa** *shõu-u* [36-5] 80

millennium (1000 years) **thiên niên kỉ** *t-yen n-yen kẻe* [16-37] 41

mineral water **nước khoáng** *nou-úk kh-wáng* [36-2] 80

minute **phút** *fóot* [15-2] 38

Mobifone **Mobifone** *Maw bee fawn* [24-16] 57

mobile phone **điện thoại di động** *d-yẹn twỵ zee dạwng* [24-8] 56

Monday **thứ hai** *tóu hy* [16-10] 40

monkey **khỉ** *khẻe* [29-7] 66

monosodium glutamate (MSG) **mì chính** *mèe chính* [38-80] 86

month **tháng** *táng* [16-3] 40

monument **tượng đài** *tou-ụng dỳ* [11-26] 31; **tượng đài kỉ niệm** *tou-ụng dỳ kẻe n-yụm* [31-38] 71

moon **mặt trăng** *mạt j'ang* [14-27] 37

mooncakes **bánh nướng bánh dẻo** *býnh nou-úng býnh z-yỏw* [18-7] 44

more **nhiều** *n-yòh* [8-3] 24

more; even more **càng** *kàng* [10-35] 29

mosquito **muỗi** *m-wãy* [29-24] 67

mother **mẹ; má** *mẹh; máh* [2-15] 13

mother's brother **cậu** *kọh* [2-30] 12

motorcycle **xe máy** *seh mý* [12-9] 32

mountain climbing **leo núi** *l-yow n-wée* [30-14] 69

mouse **chuột máy tính** *ch-wụt mý tính* [23-9] 54

mousepad **đệm để chuột máy tính**

ding [35-8] 78
pumpkin **bí đỏ** *bée dỏ* [38-46] 85
pumpkin seeds **hạt bí** *hạt bée* [37-29] 83
punctual **đúng giờ** *dóongm zùh* [15-22] 39
purple **tím** *téem* [7-8] 22
purpose **tác dụng** *ták zoọng* [19-43] 47
put on **mặc** *mạk* [8-14] 25

Q

Qingming Festival **Tiết Thanh Minh** *T-yét Tynh Minh* [18-8] 44
quarter (hour) **15 phút** *mou-ùh-i lam fóot* [15-7] 38
quiet **yên tĩnh** *yen tĩnh* [28-10] 64

R

racket **vợt đánh bóng** *vụt dánh bóngm* [30-23] 69
radiology **khoa X quang** *kh-wah iks k-wang* [27-27] 63
railing **lan can** *lan kan* [3-3] 14
rain **mưa** *mou-uh* [14-10] 36
rain storm **mưa bão** *mou-uh bõw* [14-28] 37
raincoat **áo mưa** *ów mou-uh* [14-2] 36
raining **trời mưa** *j'òu-i mou-uh* [14-11] 36
raise your hand **giơ tay** *zuh ty* [20-9] 48
range hood; cooker hood **máy hút mùi** *mý hóot mòo-i* [3-28] 15
reading **đọc** *dokp* [19-3] 46
real **thật** *tụt* [8-26] 25
receipt **biên lai** *b-yen ly* [9-31] 27
receive **nhận** *n-yụn* [8-2] 24
recyling **tái chế** *tý chéh* [28-19] 65
red **đỏ** *dỏ* [7-2] 22
red wine **rượu vang đỏ** *z'ou-ọh vang dỏ* [36-33] 81
refrigerator **tủ lạnh** *tỏo lỵnh* [3-26] 15
refund **hoàn lại tiền** *h-wàn lỵ t-yèn* [10-42] 29
relatives **họ hàng; bà con** *họ hàng; bàh kon* [2-34] 12
remembered **nhớ** *n-yúh* [8-30] 25
respiratory system **hệ hô hấp** *hẹh haw húp* [4-38] 17
restaurant **quán ăn; tiệm ăn** *k-wán an; t-yụm an* [31-30] 71
return **trả** *j'ảh* [8-29] 25
rice **gạo** *gọw* [37-34] 83
rice noodles with barbecued pork **bún chả; bún thịt nướng** *bóon chảh; bóon tịt nou-úng* [34-16] 77
rice noodles with beef in Hue style **bún bò Huế** *bóon bò h-wéh* [34-6] 76
rice noodles with chicken broth and other ingredients **bún thang** *bóon tang* [34-17] 77
rice noodles with pork and seafood **hủ tiếu** *hủ tiéu* [34-17] 77
rice vinegar **giấm gạo** *zúm gọw* [38-63] 86
rice wine **rượu trắng** *z'ou-ọh j'ráng* [38-62] 86
ride a bike **đi xe đạp** *dee seh dạp* [12-23] 33
ride a train **đi tàu hoả** *dee tòw h-wảh* [12-21] 33
right **đúng** *dóongm* [8-25] 25
right side **bên phải** *ben fý* [13-27] 35
river **sông** *sh'awngm* [28-8] 64
road **đường** *dou-ùng* [11-20] 31
roof **mái nhà** *mý n-yàh* [3-53] 14

room **phòng** *fòngm* [3-22] 14
rosemary **cây mê điệt hương rosemary** *kay meh d-yẹt hou-ung raw seh mah ree* [38-7] 84
roses **hoa hồng** *h-wah hàwngm* [18-16] 45
rowing **đua thuyền** *doo-aw too-yèn* [30-15] 69
rugby **bóng bầu dục** *bóngm bòh zọok* [30-8] 68
ruler **thước** *tou-úk* [19-19] 47
running **chạy bộ** *chỵ bạw* [30-10] 68
Russia **Nga** *Ngah* [32-39] 73
Russian **tiếng Nga** *t-yúng Ngah* [33-3] 74

S

S size **cỡ S** *kũh es* [7-31] 23
SIM card **thẻ SIM điện thoại** *tẻh sh'eem d-yẹn twỵ* [24-29] 56
sad **buồn** *b-wàwn* [8-31] 25
sage **đơn sâm, xô thơm** *dun sh'um, saw tum* [38-49] 85
salad **rau xà lách** *z'ow sàh lák* [35-13] 78
salt **muối** *m-wáy* [38-73] 86
same; identical **giống nhau** *záwngm n-yow* [29-37] 67
sandwich **sandwich** *san wík* [35-2] 78
Santa Claus **Ông già Nô en** *Awngm zàh Naw en* [18-23] 45
satisfied **hài lòng** *hỵ lòngm* [1-9] 10
Saturday **thứ bảy** *tóu bỷ* [16-15] 40
sausage **xúc xích** *sóok sík* [35-16] 78
savings **tiền tiết kiệm** *t-yèn t-yét k-yụm* [9-18] 27
scallions; spring onions **hành lá** *hỵnh láh* [38-24] 84
scarf **khăn quàng** *khan k-wàng* [10-20] 29
school **trường học** *j'ou-ùng họkp* [20-15] 49
school holidays **các ngày nghỉ của học sinh** *kák ngỳ ngỉ kỏo-aw họkp sh'inh* [18-28] 45
school is over **tan học** *dan họkp* [6-27] 20
science **khoa học** *kh-wah họkp* [19-33] 47; [20-12] 48
scissors **kéo** *k-yów* [19-22] 47
seafood **hải sản** *hỷ sh'án* [38-11] 84
seasonings **gia vị** *zah vỵ* [38-59] 86
second **giây** *zay* [15-3] 38
secretary **thư kí** *tou kée* [25-13] 58
self **tự** *tọu* [2-41] 12
selfie **tự chụp ảnh** *tọu chọop ẻye-nh* [24-18] 57
sentence **câu** *koh* [21-11] 51
September **tháng chín** *táng chéen* [16-24] 41
senior high school **trường trung học phổ thông; trường cấp 3** *j'ou-ùng j'oongm họkp fảw tawngm; j'ou-ùng kúp bah* [20-35] 49
senior year in college **đại học năm thứ tư** *dỵ họkp nam tóu tou* [20-39] 49
serious **nghiêm túc** *ng-yum tóok* [19-39] 47
sesame oil **dầu vừng; dầu mè** *zòh vòung; zòh mèh* [38-66] 86
sesame seeds **vừng; mè** *vòung; mèh* [37-35] 83
seven **bảy** *bỷ* [5-7] 18
shake hands **bắt tay** *bát ty* [1-28] 11
shape **hình dạng** *hình zạng* [7-38] 23
sheep **cừu** *kòu-oo* [29-12] 67

shiftwork **làm việc theo ca** *làm v-yẹk t-yow kah* [25-30] 59
ship; boat **tàu; thuyền** *tòw; too-yèn* [12-15] 33
shirt **áo sơ mi** *ów sh'uh mee* [10-14] 28
shoes **giày** *zày* [10-13] 28
short **thấp** *túp* [8-6] 24; **ngắn** *ngán* [8-9] 24
shop **cửa hàng** *kỏu-uh hàng* [10-22] 29; [11-4] 30
shop staff **nhân viên cửa hàng** *n-yun v-yen kỏu-uh hàng* [10-25] 29
shopping bag **túi đựng đồ mua sắm** *t-wée dọung dàw moo-aw sh'ám* [10-4] 28
shopping center; mall **trung tâm mua sắm** *j'oongm tum moo-aw sh'ám* [11-3] 30
short story **truyện ngắn** *j'oo-yẹn ngán* [21-13] 51
shoulder **vai** *vy* [4-24] 17
shower **vòi hoa sen** *vò-i h-wah sh'en* [3-41] 15
shrimp; prawns **tôm** *tawn* [38-15] 84
side **bên cạnh** *ben kỵnh* [13-42] 35
sidewalk **vỉa hè** *vỉ-uh hèh* [11-23] 31
sightseeing **tham quan** *tam k-wan* [31-24] 71
silver **màu bạc** *mòw bạk* [7-14] 22
simple **đơn giản** *dun zản* [21-23] 51
Singapore **Xinh-ga-po** *Sh'in Gah Po* [32-10] 72
singer **ca sĩ** *kah sh'ée* [26-24] 61
sink **bồn rửa tay** *bàwn z'ỏu-uh ty* [3-40] 15
sister-in-law **chị dâu** *chị zoh* [2-37] 12
sisters **chị em** *chị em* [2-16] 13
six **sáu** *sh'ów* [5-6] 18
six newspapers **sáu tờ báo** *sh'ów ngou-ùh-i* [22-20] 53
six people **sáu người** *sh'ów tùh bów* [22-10] 53
size **cỡ** *kũh* [7-39] 23
skeletal system **hệ xương khớp** *hẹh sou-ung khúp* [4-40] 17
skiing **trượt tuyết** *j'ou-ụt too-yét* [30-19] 69
skin **da** *zah* [4-41] 17
skinny **gầy; ốm** *gày; áwm* [8-12] 25
skirt **váy** *vý* [10-8] 28
skyscraper **nhà cao tầng** *n-yàh kow tùng* [11-12] 30
slow **chậm** *chụm* [8-27] 25
slow down **chậm lại** *chụm lỵ* [12-24] 33
small **nhỏ** *n-yỏ* [7-37] 23; **nhỏ** *n-yỏ* [8-11] 25
small change **tiền lẻ** *t-yèn lẻh* [9-16] 27
smaller **nhỏ hơn** *n-yỏ hun* [7-41] 23
smartphone **điện thoại thông minh** *d-yẹn twỵ tawngm min* [24-1] 56
smartwatch **đồng hồ thông minh** *dàwngm hàw tawngm minh* [15-13] 39
snake **rắn** *z'án* [29-17] 67
snow **tuyết** *too-yét* [14-15] 36
snowball fights **chơi ném tuyết** *chuh-i ném doo-yét* [17-15] 43
social studies **các môn khoa học xã hội** *kák mawn kh-wah họkp sãh họy* [19-50] 47
sociology **xã hội học** *sãh họy họkp* [19-46] 47
socks **tất; vớ** *tút; vúh* [10-12] 28
sodas **nước sô đa** *nou-úk shraw dah* [36-26] 81

sofa **ghế sô pha** *géh sh'aw fah* [3-14] 14
software **phần mềm** *f-ùn mèm* [23-18] 55
solar energy **năng lượng mặt trời** *nang lou-ung mạt j'ùh-i* [28-9] 64
son **con trai** *kon j'y* [2-1] 12
son-in-law **con rể** *kon z'éh* [2-31] 12
sophomore year in college **đại học năm thứ hai** *dỵ họkp nam tóu hy* [20-37] 49
sound **âm thanh** *um tynh* [6-18] 20
soup **canh** *kynh* [34-26] 77
south **nam** *nam* [13-12] 34
South America **Nam Mỹ** *Nam Mẽe* [32-40] 73
southeast **đông nam** *dawngm nam* [13-13] 34
southwest **tây nam** *tay nam* [13-11] 34
souvenir shop **hàng lưu niệm** *kỏu-uh hàng lou-yoo n-yụm* [31-14] 70
soy milk **sữa đậu nành** *sh'õu-uh dọh nỳnh* [36-9] 80
soy sauce **xì dầu** *sèe zòh* [38-64] 86
soybean paste **tương đậu nành** *tou-ung dọh nỳnh* [38-75] 86
Spanish **tiếng Tây Ban Nha** *t-yúng Tay Ban N-yah* [33-6] 74
special **đặc biệt** *dạk b-yẹt* [34-30] 77
spinach **cải bó xôi** *kỷ bó soy* [38-21] 84
spoken language **khẩu ngữ** *khỏh ngõu* [21-19] 51
spoon **thìa; muỗng** *tèe-uh; m-wãwn* [34-15] 76
sports car **xe đua** *seh doo-aw* [12-10] 32
sports drinks **nước uống khi tập thể thao** *nou-úk wáwng khee tụp téh tow* [36-17] 80
sports shirt; sweatshirt **quần áo thể thao** *k-wùn ów téh tow* [30-25] 69
sports shoes; sneakers **giầy thể thao** *z'ày téh tow* [30-26] 69
spring **mùa xuân** *mòo-aw s-wun* [17-1] 42
springrolls **nem cuốn; gỏi cuốn** *nem k-wún; gỏ-i k-wún* [34-21] 77
sprint **chạy cự li ngắn** *chỵ kọu lee ngán* [30-9] 68
stadium **sân vận động** *sh'un vụn dạwng* [11-15] 31
star anise **hồi** *hòy* [38-71] 86
starch **tinh bột** *tinh bawt* [38-76] 86
steak **thịt bò bít tết** *tịt bò bít tét* [35-15] 78
steamed springrolls **bánh cuốn** *býnh k-wún* [34-22] 77
steamed sticky rice **xôi** *soy* [34-7] 76
stomach **dạ dày** *zah zỳ* [4-49] 17
stopwatch **đồng hồ bấm giây** *dàwngm hàw búm zay* [15-12] 39
story **câu chuyện** *koh choo-yẹn* [19-48] 47
stove **bếp lò** *bép lò* [3-31] 15
strange **kì lạ** *kèe lạh* [29-41] 67
strawberry **dâu tây** *zoh tay* [37-15] 82
street **đường phố** *dou-ùng fáw* [11-21] 31
street corner **góc phố** *gók fáw* [11-25] 31
strong signal **sóng (điện thoại; wifi) mạnh** *sh'óngm (d-yẹn twỵ; wy fy) mỵnh* [24-11] 57
study room **phòng học** *fòngm họkp* [3-33] 15
study time **thời gian học tập** *tùh-i zan họkp tụp* [6-35] 20

93

Photo Credits

Published by Tuttle Publishing, an imprint of Periplus
Editions (HK) Ltd

www.tuttlepublishing.com

ISBN: 978-0-8048-5373-6

27 26 25 24   10 9 8 7 6 5 4 3

Printed in China   2405EP

"Books to Span the East and West"

Tuttle Publishing was founded in 1832 in the small
New England town of Rutland, Vermont [USA]. Our
core values remain as strong today as they were then–
to publish best-in-class books which bring people
together one page at a time. In 1948, we established
a publishing outpost in Japan–and Tuttle is now a
leader in publishing English-language books about
the arts, languages and cultures of Asia. The world
has become a much smaller place today and Asia's
economic and cultural influence has grown. Yet the
need for meaningful dialogue and information about
this diverse region has never been greater. Over the
past seven decades, Tuttle has published thousands
of books on subjects ranging from martial arts and
paper crafts to language learning and literature–and
our talented authors, illustrators, designers and
photographers have won many prestigious awards.
We welcome you to explore the wealth of information
available on Asia at **www.tuttlepublishing.com.**

Distributed by

**North America, Latin America
& Europe**
Tuttle Publishing
364 Innovation Drive
North Clarendon,
VT 05759-9436 U.S.A.
Tel: 1 (802) 773-8930
Fax: 1 (802) 773-6993
info@tuttlepublishing.com
www.tuttlepublishing.com

Japan
Tuttle Publishing
Yaekari Building, 3rd Floor
5-4-12 Osaki
Shinagawa-ku
Tokyo 141-0032
Tel: (81) 3 5437-0171
Fax: (81) 3 5437-0755
sales@tuttle.co.jp
www.tuttle.co.jp

Asia Pacific
Berkeley Books Pte. Ltd.
3 Kallang Sector #04-01/02
Singapore 349278
Tel: (65) 67412178
Fax: (65) 67412179
inquiries@periplus.com.sg
www.tuttlepublishing.com

**The free online audio files for pronunciation practice
may be downloaded as follows:**

To download the audio recordings for this book,
type the following URL into your web browser:
www.tuttlepublishing.com/Vietnamese-Picture-Dictionary
For support, email us at info@tuttlepublishing.com

đồng Việt Nam
d-wàngm V-yẹt nam
Vietnamese dong,
the national currency

bánh mì
býnh mèe
bread

cà phê Việt Nam
kàh feh V-yẹt Nam
Vietnamese coffee

Tết Nguyên đán; Tết
Tết ngoo-yen dán; Tết
Vietnamese Lunar New Year

nhà cao tầng
n-yàh kow tùng
skyscrapers